പ്രാചീന ഇന്ത്യക്കാരുടെ ഉയർച്ച

പ്രാചീന ഇന്ത്യക്കാരുടെ ഉയർച്ച

അവരുടെ നഗരങ്ങൾ, കല, വ്യാപാരം, ശാസ്ത്രം

വിജേന്ദർ ശർമ്മ

വിവർത്തനം & എഡിറ്റിംഗ് : സന്ദീപ് വർമ്മ

ink | OCCAM | yuva | FIHCR | NAAV AI

ISBN: 978-93-6547-015-4

ഇന്ത്യയിൽ 2025-ൽ ആദ്യമായി പ്രസിദ്ധീകരിച്ചു
ഈ പതിപ്പ് 2025-ൽ പ്രസിദ്ധീകരിച്ചു

Translation Partner: NAAV AI Pvt. Limited, Bangalore

BluOne Ink Pvt. Ltd
A-76, 2nd Floor, Sector 136, Noida
Uttar Pradesh 201301
www.bluone.ink
publisher@bluone.ink

ഇന്ത്യയിൽ Thomson Press (India) Ltd പ്രിന്റ് ചെയ്ത് ബൈൻഡ് ചെയ്തത്
കാളി, ഓക്കാം എന്നിവ BluOne Ink-ന്റെ ഇംപ്രിന്റുകളാണ്

കൗശികിനും നിർമിതിനും സമർപ്പിക്കുന്നു

ഉള്ളടക്കം

ഡയറക്ടറുടെ സന്ദേശം
യുവ ബുക്സ്

പ്രിയ വായനക്കാരാ,

നിങ്ങൾ ഈ പുസ്തകം വായിക്കാൻ തിരഞ്ഞെടുത്തതിൽ എനിക്ക് സന്തോഷമുണ്ട്. ഭാരതത്തിന്റെ ചരിത്രത്തിൽ നിങ്ങൾ കാണിക്കുന്ന താൽപര്യമാണ് ഈ പുസ്തകം തിരഞ്ഞെടുക്കാനുള്ള കാരണമെന്ന് ഞാൻ കരുതുന്നു, ഇത് ഒരു നല്ല തുടക്കമാണ്.

നാം ചരിത്രത്തെക്കുറിച്ച് ചിന്തിക്കുമ്പോൾ, പലപ്പോഴും അത് അനന്തമായ തീയതികളുടെ പട്ടിക ആയിട്ടോ, യുദ്ധങ്ങളോ, അല്ലെങ്കിൽ ഇന്ത്യയിലെ ഗവർണർ ജനറൽമാരുടെ കാലാനുക്രമം ഓർമ്മിക്കാനുള്ള ശ്രമങ്ങളോ ആയിരിക്കും. ഇവയെല്ലാം ആരിലും വിരക്തിയുണ്ടാക്കുന്നവയാണ്! സ്കൂളിൽ ചരിത്രം ഒരു വിഷയമായി എനിക്കും അത്ര താൽപര്യമുണ്ടായിരുന്നില്ല, അത് പഠിപ്പിച്ചിരുന്ന രീതി ആണ് അതിനു കാരണം. ദുഃഖകരമെന്നു പറയട്ടെ, വർഷങ്ങളായി ഇതിൽ വലിയ മാറ്റമൊന്നും സംഭവിച്ചിട്ടില്ല.

ഞങ്ങൾ ഇതിനെക്കുറിച്ച് ചില കുട്ടികളോട് സംസാരിച്ചപ്പോൾ, ഞങ്ങൾക്ക് ഒരു സ്റ്റാൻഡേർഡ് ഉത്തരം ലഭിച്ചു: ചരിത്രം വിരസമാണ്. ഇത് ഞങ്ങൾക്ക് ഒരു വെല്ലുവിളിയായി മാറി. നമ്മുടെ ചരിത്രത്തെ എങ്ങനെ രസകരവും, പ്രചോദനാത്മകവും, ആവേശകരവുമാക്കാം? തീയതികൾ, കാലാനുക്രമങ്ങൾ, രാജവംശങ്ങൾ എന്നിവയുടെ നിർജ്ജീവമായ വിശദാംശങ്ങൾക്കപ്പുറം എങ്ങനെ ചരിത്രത്തിനു പുതിയ ഒരു ഊർജ്ജം നൽകാം?

കൊളോണിയൽ കാലം മുതൽ തന്നെ ഇന്ത്യൻ ചരിത്രത്തെ പാശ്ചാത്യ കാഴ്ചപ്പാടോടെയാണ് പഠിപ്പിച്ച് പോന്നിട്ടുള്ളത്. അത് കൊണ്ടു തന്നെ അത് നമ്മിൽ നമ്മുടെ ഭൂതകാലത്തെ ഓർത്തു

ലജ്ജിക്കാനും കുറ്റബോധമുള്ളവരും ആക്കി. ചില രാജവംശങ്ങളോ സാമ്രാജ്യങ്ങളോ മറ്റുള്ളവയേക്കാൾ പ്രാധാന്യമർഹിക്കുന്നുവെന്ന് നമ്മളെ പഠിപ്പിച്ചു. എന്തിനാണ് ചില ചരിത്രങ്ങളെ കേന്ദ്രമോ പ്രാദേശികമോ ആയി വേർതിരിക്കുന്നത് എന്ന് മനസിലാക്കാതെ നമ്മളിൽ കേന്ദ്ര-പ്രാദേശിക വിഭാഗിയത കുത്തിനിറച്ചു.

എന്റെ എട്ടാമത്തെ പുസ്തകമായ "ബ്രേവ്ഹാർട്സ് ഓഫ് ഭാരത്: വിഗ്നെറ്റ്സ് ഫ്രം ഇന്ത്യൻ ഹിസ്റ്ററി" വേണ്ടി ഗവേഷണം നടത്തുമ്പോൾ, ഇത്തരം ചില ചോദ്യങ്ങളാണ് ഞാൻ നേരിട്ടത്. അതിനാൽ, അവഗണിക്കപ്പെട്ടതോ പ്രാദേശികമെന്ന് തള്ളിക്കളഞ്ഞതോ ആയ യോദ്ധാക്കളുടെയും നേതാക്കളുടെയും കഥകൾ വെളിച്ചത്തിലേക്ക് കൊണ്ടുവരാൻ ആണ് ഞാൻ ശ്രമിച്ചത്. ഫൗണ്ടേഷൻ ഫോർ ഇന്ത്യൻ ഹിസ്റ്റോറിക്കൽ ആൻഡ് കൾച്ചറൽ റിസർച്ച് (FIHCR) സ്ഥാപിച്ചതിന്റെ കാരണം നമ്മുടെ ചരിത്രപരവും സാംസ്കാരികവുമായ പൈതൃകം പുനഃസ്ഥാപിക്കുന്നതിനും നമ്മുടെ ഭൂതകാലത്തിൽ അഭിമാനം കൊള്ളുന്നവരായി തീരാനുമായിരുന്നു.

എന്നാൽ, ഗവേഷണം മാത്രം പോരാ. ചരിത്രം പഠിപ്പിക്കുമ്പോൾ അത് മനസ്സുകളിൽ സ്പർശിക്കണം പ്രത്യേകിച്ച് യുവമനസ്സുകളിൽ. ഇവിടെയാണ് FIHCR YUVA യുടെ പ്രസക്തി - ചരിത്രത്തെ രസകരവും, ആകർഷകവും, പ്രസക്തവുമാക്കാൻ. YUVA പാഠപുസ്തകങ്ങൾക്കപ്പുറം നമ്മുടെ ഭൂതകാലത്തെ കഥാപറച്ചിലുകളുടെയും, ഇന്ററാക്ടീവ് മാപ്പുകൾ വഴിയും, ഡോക്യുമെന്ററികൾ തുടങ്ങിയവയിലൂടെയും അവതരിപ്പിക്കുന്നു.

വിജേന്ദർ ശർമ്മയുടെ മനോഹരമായ ഈ പുസ്തകം സിന്ധു-സരസ്വതി സംസ്കാരം, പ്രാചീന ഇന്ത്യയുടെ അത്ഭുതങ്ങൾ, വ്യാപാരത്തിലൂടെയും അന്വേഷണത്തിലൂടെയും സുവർണദ്വീപിലേക്കുള്ള ഇന്ത്യക്കാരുടെ യാത്രകൾ എന്നിവയിലേക്ക് ആഴത്തിൽ ഇറങ്ങുന്നു. സൂക്ഷ്മമായ ഗവേഷണത്തിലൂടെയും ആകർഷകമായ കഥാപറച്ചിലിലൂടെയും, വിജേന്ദർ ഇന്ത്യയുടെ ഭൂതകാലത്തിന്റെ പ്രതിഭയെ, അതിന്റെ വികസിത സംസ്കാരങ്ങൾ, വാസ്തുശില്പ അത്ഭുതങ്ങൾ, വിശാലമായ ലോകവുമായുള്ള ബന്ധത്തിന്റെ നിലനിൽക്കുന്ന ആത്മാവ് എന്നിവയെ അനാവരണം ചെയ്യുന്നു. ഈ പുസ്തകം നിങ്ങളിൽ ജിജ്ഞാസ ജനിപ്പിക്കുമെന്നും, ഇന്ത്യയുടെ പൈതൃകത്തെക്കുറിച്ചുള്ള ആദരവ് ആഴത്തിലാക്കുമെന്നും, നമ്മുടെ പൂർവികരുടെ പൈതൃകം അന്വേഷിക്കാൻ യുവമനസ്സുകളെ പ്രചോദിപ്പിക്കുമെന്നും ഞാൻ ആത്മാർത്ഥമായി പ്രതീക്ഷിക്കുന്നു.

ആനന്ദകരമായ ഒരു വായന അനുഭവമാകട്ടെ ഈ പുസ്തകം !

ഹൃദ്യമായ ആശംസകളോടെ,
ഡോ. വിക്രം സമ്പത്ത്

ആമുഖം

ചരിത്രം എന്നത് ഭൂതകാലത്തെ മനസ്സിലാക്കുന്നതിനെക്കുറിച്ചാണ്. 'ഭൂതകാലം' എന്ന് പറയുമ്പോൾ, നമ്മൾ രാജാക്കന്മാരെയും, അവർ നടത്തിയ യുദ്ധങ്ങളെയും, അവയുടെ തീയതികളെയും മാത്രം അർത്ഥമാക്കുന്നില്ല. നമ്മുടെ ഭൂതകാലം കാലക്രമവും രാജ്യങ്ങളും മാത്രമല്ല.

ചരിത്രം എന്നത് നമ്മുടെ പൂർവികർ എങ്ങനെ ജീവിച്ചു, എന്ത് ആഹാരം ഭക്ഷിച്ചു, എങ്ങനെ യാത്ര ചെയ്തു, അവരുടെ ഒഴിവുസമയം എങ്ങനെ ചെലവഴിച്ചു, അക്കാലത്തെ കുട്ടികൾ എന്തുതരം കളിപ്പാട്ടങ്ങൾ കൊണ്ട് കളിച്ചു എന്നതിനെക്കുറിച്ചുമാണ്. അവർ നടത്തിയ കണ്ടുപിടിത്തങ്ങളെയും അവർ പര്യവേക്ഷണം ചെയ്ത സ്ഥലങ്ങളെയും കുറിച്ചുമാണ്. ഈ പുസ്തകത്തിൽ, നമ്മുടെ ചരിത്രത്തെക്കുറിച്ചുള്ള ചില അത്ഭുതകരമായ വസ്തുതകൾ നമ്മൾ കണ്ടെത്തും. സിന്ധു (ഇൻഡസ്) സരസ്വതി (ഘഗ്ഗർ-ഹക്ര) നദികളുടെ തീരങ്ങളിൽ വളർന്ന പുരാതന സംസ്കാരത്തിൽ നിന്ന് ആധുനിക ഇന്ത്യക്കാരായ നമ്മൾ എങ്ങനെ വികസിച്ചുവെന്ന് നമ്മൾ പര്യവേക്ഷണം ചെയ്യും. എന്നാൽ ആയിരക്കണക്കിന് വർഷങ്ങൾക്ക് മുമ്പ് സംഭവിച്ചതിനെക്കുറിച്ച് അറിയുന്നതിന്റെ പ്രാധാന്യം എന്താണ്?

ഉത്തരം ലളിതമാണ്, ഇന്ന് നമ്മൾ ആരാണെന്ന് നിർവചിക്കുന്നത് നമ്മുടെ ഭൂതകാലമാണ്. ഇത് നമ്മൾ ചിലപ്പോൾ തിരിച്ചറിഞ്ഞെന്നുവരില്ല, പക്ഷേ ഒരു സമൂഹമായി നമ്മൾ എങ്ങനെ ജീവിക്കുന്നു എന്നത് രൂപപ്പെടുത്തുന്നത് നമ്മുടെ ചരിത്രവും സംസ്കാരവുമാണ്. വിദൂര ചരിത്രത്തിലെ സംഭവങ്ങൾക്ക് നമ്മളിൽ സ്ഥായിയായ സ്വാധീനം ഉണ്ടാകാം. ഉദാഹരണത്തിന്, പുരാതന കാലത്ത് തുണി ചായം ചേർക്കുന്നതിന്റെ കണ്ടുപിടിത്തം ഇന്ത്യൻ തുണിത്തരങ്ങളെ ലോകമെമ്പാടും ജനപ്രിയമാക്കി. ഈ പുരാതന കണ്ടുപിടിത്തം ഇന്ത്യൻ

തുണിത്തരങ്ങളെ ലോകോത്തര നിലവാരമുള്ളവയാക്കുകയും യൂറോപ്പിലും വടക്കേ ആഫ്രിക്കയിലും വരെ ഇന്ത്യൻ ഉത്പന്നങ്ങൾക്ക് ആവശ്യകത വർദ്ധിക്കുകയും ചെയ്തു. ഇന്ത്യൻ തുണിത്തരങ്ങൾക്കുള്ള ഈ ജനപ്രീതി ഒരു വ്യവസായ സാമ്രാജ്യം സൃഷ്ടിക്കുകയും അതുവഴി അതിൽ ഉൾപ്പെട്ടിരുന്നവർക്കു ധാരാളം സമൃദ്ധിയും കൊണ്ടുവന്നു. ഈ ബന്ധങ്ങൾ മനസ്സിലാക്കുന്നത് വഴി നമ്മുടെ ചരിത്രത്തെക്കുറിച്ച് പഠിക്കുന്നതിന്റെ പ്രധാന്യത്തെ കാണിക്കുന്നു.

നമ്മുടെ പൂർവികർ കണ്ടുപിടിച്ചതും കണ്ടെത്തിയതുമായ നിരവധി അത്ഭുതകരമായ കാര്യങ്ങളെ ആദരിക്കാൻ ചരിത്രം നമ്മെ സഹായിക്കുന്നു. നിർഭാഗ്യവശാൽ, ഇവയിൽ പലതും മറ്റ് സംസ്കാരങ്ങൾ സ്വന്തമാക്കുകയും അവരുടേതായി പുനഃപാക്കേജ് ചെയ്യുകയും ചെയ്യപ്പെട്ടു. അതിനാൽ, പുരാതന ഇന്ത്യൻ ശാസ്ത്രജ്ഞരുടെയും, ഗണിതശാസ്ത്രജ്ഞരുടെയും, ഡോക്ടർമാരുടെയും സംഭാവനകളെക്കുറിച്ച് പഠിക്കുന്നത് ഉത്തമമമാണ്, അതുവഴി നമുക്ക് നമ്മുടെ യഥാർഥമായ വില എന്താണെന്ന് മനസ്സിലാക്കാൻ കഴിയും.

കണ്ടുപിടിത്തങ്ങൾക്കും കണ്ടെത്തലുകൾക്കും പുറമേ, ചരിത്രം നമ്മെ പുരാതന ഇന്ത്യക്കാരുടെ സാഹസങ്ങളെ പരിചയപ്പെടുത്തുന്നു. ഈ കഥകൾ നമ്മെ ആശ്ചര്യപ്പെടുത്തുന്നതിനു പുറമേ, സംസ്കാരങ്ങൾ തമ്മിലുള്ള ബന്ധങ്ങൾ മനസ്സിലാക്കാനും സഹായിക്കുന്നു. ഉദാഹരണത്തിന്, നിങ്ങൾ കംബോഡിയ സന്ദർശിക്കുന്നസമയത്ത് ഒരു ക്ഷേത്രത്തിൽ ഹനുമാന്റെ പ്രതിമ കാണുകയാണെങ്കിൽ, ഇന്ത്യയിൽ നിന്ന് ഇത്ര ദൂരെയുള്ള ഒരു സ്ഥലത്തു ആളുകൾ എന്തുകൊണ്ട് ഹനുമാനെ ആരാധിക്കുന്നു എന്ന് നിങ്ങൾ ആശ്ചര്യപ്പെട്ടേക്കാം. നമ്മുടെ ചരിത്രം അറിയുന്നതിലൂടെ, ഇത് എന്തുകൊണ്ട് അത്ഭുതകരമല്ല എന്ന് നിങ്ങൾക്ക് മനസ്സിലാകും. ആയിരക്കണക്കിന് വർഷങ്ങളായി ഇന്ത്യയും തെക്കുകിഴക്കൻ ഏഷ്യയും തമ്മിലുള്ള വ്യാപാരവും സാംസ്കാരിക കൈമാറ്റങ്ങളും ഹിന്ദു-ബുദ്ധ സ്വാധീനങ്ങൾ വഴി, കംബോഡിയ പോലുള്ള രാജ്യങ്ങളിൽ സ്ഥായിയായ കൈയൊപ്പുകൾ ഉണ്ടാക്കപെട്ടു.

പ്രിയ വായനക്കാരാ, ഇന്ത്യൻ ചരിത്രത്തെക്കുറിച്ചുള്ള നിരവധി അത്ഭുതകരമായ വസ്തുതകൾ നിങ്ങൾക്ക് പരിചയപ്പെടുത്താനുള്ള ശ്രമമാണ് ഈ പുസ്തകം. ഈ പുസ്തകം ആകർഷകവും മനസ്സിലാക്കാൻ എളുപ്പവുമാക്കുന്നതിന് വേണ്ടി, ഇത് മൂന്ന് വിഭാഗങ്ങളായി വിഭജിച്ചിരിക്കുന്നു. ആദ്യ വിഭാഗം പ്രാചീന ഇന്ത്യയെക്കുറിച്ച് പരാമർശിക്കുന്നു, അതിലൂടെ നിങ്ങൾ പുരാതന സിന്ധു-സരസ്വതി സംസ്കാരത്തെക്കുറിച്ചു (ഇൻഡസ് വാലി സംസ്കാരം എന്നും അറിയപ്പെടുന്നു) പഠിക്കും. ഇവിടെ, നമ്മുടെ പൂർവികർ ലോകത്തിലെ

ഏറ്റവും പുരോഗമിച്ച സംസ്കാരങ്ങളിൽ ഒന്നിനെ എങ്ങനെ സ്ഥാപിച്ചു എന്ന് നിങ്ങൾ മനസ്സിലാക്കും. രണ്ടാമത്തെ വിഭാഗം സിന്ധു-സരസ്വതി സംസ്കാരത്തിന്റെ കാലം മുതൽ കലകളിലും, കരകൗശലങ്ങളിലും, ശാസ്ത്രത്തിലും സമ്പന്നമായ ഒരു സമൂഹമായി എങ്ങനെ പുരോഗമിച്ചു എന്നതിനെക്കുറിച്ച് ചർച്ച ചെയ്യുന്നു. അവസാനമായി, മൂന്നാമത്തെ വിഭാഗത്തിൽ, പുരാതന ഇന്ത്യക്കാർ എങ്ങനെ കടലിന്റെ മാസ്റ്റർമാരായി മാറി, തെക്കുകിഴക്കൻ ഏഷ്യയിലെ വിദൂര സ്ഥലങ്ങളിൽ ഇന്ത്യൻ സംസ്കാരവും, ഭാഷയും, മതവും പരിചയപ്പെടുത്തി എന്ന് നമ്മൾ കാണും.

ഈ പുസ്തകത്തിൽ, നിങ്ങൾ ഇന്ത്യൻ ചരിത്രത്തെക്കുറിച്ചുള്ള വസ്തുതകൾ കണ്ടെത്തും, നമ്മുടെ അനന്യമായ സംസ്കാരത്തെയും പൈതൃകത്തെയും കുറിച്ച് കൂടുതൽ ആഴത്തിലുള്ള ധാരണ നേടും.

പുസ്തകത്തിലുടനീളം, സമയ സ്കെയിലുകൾ BCE, CE എന്നിങ്ങനെ സൂചിപ്പിച്ചിരിക്കുന്നു, ഇവ 'ബിഫോർ കോമൺ ഏറ' (പൊതു യുഗത്തിന് മുമ്പ്), 'കോമൺ എറ' (പൊതു യുഗം) എന്നിവയെ സൂചിപ്പിക്കുന്നു. ഈ പദങ്ങൾ പഴയ BC (ബിഫോർ ക്രൈസ്റ്റ്) എന്നതിനെയും AD ('ആനോ ഡൊമിനി', അതായത് 'കർത്താവിന്റെ വർഷത്തിൽ') എന്നതിനെയും പകരം ഉപയോഗിക്കുന്നു. സമയ രേഖപ്പെടുത്തലിൽ നിന്ന് മതപരമായ സൂചനകൾ മാറ്റിസ്ഥാപിക്കാൻ ചരിത്രകാരന്മാർ BCE, CE എന്നിവ സ്വീകരിച്ചു, എന്നാൽ സമയ സ്കെയിൽ തന്നെ മാറ്റമില്ലാതെ തുടരുന്നു—നാമകരണം മാത്രമാണ് പുതുക്കിയത്.

ചില വാക്കുകൾക്കോ വാക്യങ്ങൾക്കോ അടുത്തായി ചെറിയ അക്കങ്ങൾ നിങ്ങൾ ശ്രദ്ധിച്ചേക്കാം. അവ അടിക്കുറിപ്പുകളാണ്, അത് പേജിന്റെ അടിഭാഗത്ത് കാണാവുന്നതാണ്. പുസ്തകങ്ങൾ അല്ലെങ്കിൽ രചയിതാവ് ഉപയോഗിച്ച മറ്റ് സ്രോതസ്സുകൾ പോലുള്ള ചില വിവരങ്ങൾ എവിടെ നിന്ന് വരുന്നു എന്ന് അവ കാണിക്കുന്നു. ചരിത്രം ഗവേഷണത്തിലൂടെയും യഥാർത്ഥ കണ്ടെത്തലുകളിലും അധിഷ്ഠിതമാണെന്ന് കാണാൻ അടിക്കുറിപ്പുകൾ സഹായിക്കുന്നു! നിങ്ങൾക്ക് കൂടുതൽ അറിയാൻ കൗതുകമുണ്ടെങ്കിൽ, അവ പരിശോധിക്കാവുന്നതാണ്.

ഭാഗം I

സിന്ധു സരസ്വതി സംസ്കാരം

സംസ്കാരത്തിന്റെ ഉദയം

ഇന്ത്യയിലെ മനുഷ്യർ കുറഞ്ഞത് 9,000 വർഷങ്ങൾക്ക് മുമ്പ് മുതൽ ഒരു സമൂഹമായി ജീവിച്ചിരുന്നുവെന്ന് തെളിവുകൾ സൂചിപ്പിക്കുന്നു. മെഹർഗഡ് (ഇപ്പോൾ പാകിസ്ഥാനിൽ) ഭിറാന (ഹരിയാനയിൽ) എന്നിവിടങ്ങളിൽ ഖനനം നടത്തിയപ്പോൾ കണ്ടെത്തിയ തെളിവുകൾ ഇത് സൂചിപ്പിക്കുന്നു. ഈ പ്രാചീന താവളങ്ങൾ ലോകത്തിലെ ഏറ്റവും പഴക്കമുള്ള സംസ്കാരങ്ങളിൽ ലൊന്നായ സിന്ധു സരസ്വതി സംസ്കാരത്തിന്, അഥവാ സിന്ധു നദീതട സംസ്കാരത്തിന് വഴിവെച്ചു. ഏകദേശം 7000 ബിസിഇ മുതൽ ആരംഭിക്കുന്ന ഈ ഘട്ടം ഇന്ത്യയിലെ സംഘടിത സമൂഹങ്ങളുടെ തുടക്കത്തെ അടയാളപ്പെടുത്തുന്നു.

എന്നാൽ 9,000 വർഷങ്ങൾക്ക് മുമ്പ് ഒരുമിച്ച് ജീവിച്ചിരുന്ന ഒരു കൂട്ടം ആളുകൾ യഥാർത്ഥത്തിൽ ഒരു സംസ്കാരത്തിന്റെ ഭാഗമായിരുന്നുവെന്ന് നമ്മൾ എങ്ങനെ തീരുമാനിക്കും? ഇതിന്റെ ഉത്തരം 'സംസ്കാരം' എന്ന പദത്തിന്റെ നിർവചനത്തിൽ കിടക്കുന്നു. ഒരു കൂട്ടമായി ജീവിക്കുന്ന ആളുകൾ പരസ്പരം പരിപാലിക്കാൻ തുടങ്ങുന്ന ഘട്ടമാണ് സംസ്കാരമെന്ന് ചരിത്രകാരന്മാർ നിർവചിക്കുന്നു. ഇന്ന് നാം ചെയ്യുന്നതുപോലെ തന്നെ. നമ്മൾ നമ്മുടെ സുഹൃത്തുക്കളെയും കുടുംബാംഗങ്ങളെയും സഹായിക്കുന്നു, അയൽക്കാരെയും തെരുവിലെ അപരിചിതരെയും സഹായിക്കുന്നു. ഇവയൊക്കെത്തന്നെയാണ് ഒരു സംസ്കാരത്തിന്റെ അടയാളങ്ങൾ. മെഹർഗഡ്, രാഖിഗഡി, അല്ലെങ്കിൽ സിന്ധു സരസ്വതി സംസ്കാരത്തിലെ മറ്റ് നഗരങ്ങളിൽ ജീവിച്ചിരുന്ന ആളുകൾ ഈ അടിസ്ഥാന തത്വങ്ങൾ പിന്തുടർന്നിരുന്നു.

ജനങ്ങൾ സമൂഹങ്ങളിൽ ജീവിക്കാൻ തുടങ്ങിയപ്പോൾ, അവർ ക്രമേണ വിവിധ ചുമതലകൾക്കായി വ്യത്യസ്ത ഗ്രൂപ്പുകളായി സംഘടിച്ചു.

അതിജീവിക്കാൻ നമുക്ക് ഭക്ഷണം, പാർപ്പിടം, വസ്ത്രങ്ങൾ, ഉപകരണങ്ങൾ, കൂടാതെ മറ്റ് പലതും ആവശ്യമാണ് - ഇവയെല്ലാം ഒരാൾക്ക് സ്വയം സൃഷ്ടിക്കുക അസാധ്യമാണ്.

എല്ലാവരും എല്ലാ ജോലികളും - കൃഷി, നെയ്ത്ത്, കല്പണി, അല്ലെങ്കിൽ ലോഹപ്പണി - ചെയ്യാൻ ശ്രമിക്കുന്ന പ്രശ്നം പരിഹരിക്കാൻ, പ്രാചീന ജനങ്ങൾ വ്യത്യസ്ത തരത്തിലുള്ള ജോലികളിൽ വൈദഗ്ധ്യം നേടാൻ തീരുമാനിച്ചു. തുടർന്ന് അവർ ഉൽപ്പന്നങ്ങൾ പരസ്പരം കൈമാറി. ഉദാഹരണത്തിന്, ഇത് ചില ആളുകളെ കർഷകരാക്കി; മറ്റു ചിലർ ലോഹപ്പണിയിലേക്ക് തിരിഞ്ഞു, അങ്ങനെ അവർക്ക് ധാന്യങ്ങൾക്ക് പകരമായി കർഷകർക്ക് ഉപകരണങ്ങൾ നിർമ്മിക്കാൻ കഴിഞ്ഞു. മറ്റു ചിലർ തുണി നെയ്തു, വേറെ ചിലർ മൺപാത്രങ്ങൾ ഉണ്ടാക്കി; ചിലർ ആയുധങ്ങളും വേട്ടയാടാനുള്ള ഉപകരണങ്ങളും നിർമ്മിച്ചു. ഈ ആളുകളെല്ലാം മറ്റുള്ളവരുമായി തങ്ങൾ നിർമ്മിച്ച ഉൽപ്പന്നങ്ങൾ കൈമാറ്റം ചെയ്തു. ഇതായിരുന്നു വ്യാപാരത്തിന്റെയും ബിസിനസ്സിന്റെയും ആദ്യകാല പതിപ്പ്.

സുസംഘടിതമായ ഒരു സമൂഹം രൂപപ്പെട്ടപ്പോൾ, അത് ജനങ്ങൾക്ക് വിനോദ പ്രവർത്തനങ്ങൾക്കായി സമയം നൽകി. പ്രാചീന ജനങ്ങൾ ഇത് സർഗാത്മകമായി ഉപയോഗിച്ചു. ചിലർ കുട്ടികൾക്കായി കളിപ്പാട്ടങ്ങൾ നിർമ്മിച്ചു, മറ്റുള്ളവർ ആഭരണങ്ങൾ നിർമ്മിച്ചു. കർഷകർ മികച്ച വിളകൾ കൃഷിചെയ്യാൻ സമയം കണ്ടെത്തി. അവർ കാട്ടുവിളകളെ ഗാർഹികവൽക്കരിച്ചു, അതുവഴി അവരുടെ വിളവ് മെച്ചപ്പെടുത്തി.

ഈ കാലഘട്ടം - അതായത്, സ്ഥിരമായ സമൂഹങ്ങളുടെ ഉയർച്ച മുതൽ സമൃദ്ധമായ സിന്ധു നദീതട നഗരങ്ങൾ വരെ - പിന്നീടുള്ള സാംസ്കാരികവും ബൗദ്ധികവുമായ പുരോഗതികൾ കൈവരിക്കാനുള്ള അടിത്തറ പാകി. വളരെ പെട്ടെന്ന് തന്നെ, പ്രാചീന ഇന്ത്യയിലെ ജനങ്ങൾ വിവിധ തൊഴിലുകളിൽ സംഘടിതരായി മാത്രമല്ല, അവർക്ക് അധിക ഭക്ഷണവും ഉണ്ടായി, അതായത് അതിജീവിക്കാൻ ആവശ്യമായതിലും കൂടുതൽ ഭക്ഷണം അവർക്കുണ്ടായിരുന്നു. ഇത് സംഭവിച്ചപ്പോൾ, ഭക്ഷണത്തിനായി തുടർച്ചയായി നോക്കിയിരിക്കേണ്ട ആവശ്യമില്ലെന്ന് ജനങ്ങൾ തിരിച്ചറിഞ്ഞു, അങ്ങനെ കണ്ടെത്തലുകളുടെ യുഗം ആരംഭിച്ചു.

പ്രാചീന ഇന്ത്യയിലെ ജനങ്ങൾ അവരുടെ സമൂഹങ്ങളും സംസ്കാരവും വിപുലീകരിക്കുകയും പുതിയ പല കാര്യങ്ങളും കണ്ടെത്താനും കണ്ടുപിടിക്കാനും തുടങ്ങുകയും ചെയ്തു. നഗരാസൂത്രണവും ഡ്രെയിനേജ് സംവിധാനങ്ങളും മുതൽ സങ്കീർണ്ണമായ കരകൗശലവിദ്യ വരെ, ഈ കാലഘട്ടം, ഇന്ന് നമ്മൾ

അറിയുന്ന ഇന്ത്യയുടെ അടിത്തറ പാകി. ആ അത്ഭുതകരമായ കാര്യങ്ങളെക്കുറിച്ചെല്ലാം നമ്മൾ ഈ വിഭാഗത്തിൽ വായിക്കും.

Fun Activities

- ഗൂഗിൾ മാപ്പിൽ മെഹർഗഢിന്റെ സ്ഥാനം കണ്ടെത്തുക.
- നെയ്ത്തുകാർ ഇന്നും ഉപയോഗിക്കുന്ന പരമ്പരാഗത രീതികൾ, ഉപകരണങ്ങൾ, സാമഗ്രികൾ എന്നിവ കണ്ടെത്തുക.
- നാഷണൽ മ്യൂസിയം, ന്യൂഡൽഹി' വെബ്സൈറ്റ് സന്ദർശിച്ച് പ്രാചീന ഇന്ത്യയിലെ കളിപ്പാട്ടങ്ങൾ കണ്ടെത്തുക.

സിന്ധു സരസ്വതിയിലെ മഹാനഗരങ്ങൾ

സിന്ധു സരസ്വതി സംസ്കാരത്തെക്കുറിച്ച് പരാമർശിക്കാതെ ഇന്ത്യൻ ചരിത്രം അപൂർണ്ണമാണ്. ലിഖിത രേഖകളുടെ അഭാവം കാരണം പ്രോട്ടോഹിസ്റ്ററി എന്ന് വർഗീകരിച്ചിട്ടുണ്ടെങ്കിലും, ഈ സംസ്കാരം ഇന്ത്യൻ ചരിത്രത്തിന്റെ മാത്രമല്ല, നമ്മുടെ സംസ്കാരം, ഭാഷ, മതം, സമൂഹം എന്നിവയുടെയും അടിത്തറയാണ്. നാം എന്താണ്, നാം എന്ത് കഴിക്കുന്നു, നാം ഇന്ന് മതമായി ആചരിക്കുന്നത് എന്താണ് എന്നിവ വലിയൊരു പരിധിവരെ പുരാതന സിന്ധു സരസ്വതി സംസ്കാരത്തിന്റെ ഭാഗമായി രൂപപ്പെടുത്തപ്പെട്ടിട്ടുള്ളതാണ്.

സിന്ധു താഴ്വാര സംസ്കാരം അല്ലെങ്കിൽ ഹരപ്പൻ സംസ്കാരം എന്നും അറിയപ്പെടുന്ന സിന്ധു സരസ്വതി സംസ്കാരം, ഇന്ത്യയിലെ ആദ്യത്തെ നഗരവൽകൃത താവളമായിരുന്നു. വ്യത്യസ്ത താമസ, വ്യാവസായിക മേഖലകൾ, സുനിയോജിതമായ പൗര സൗകര്യങ്ങൾ തുടങ്ങിയ നഗര താവളത്തിന്റെ സവിശേഷതകൾ ഉണ്ടായിരുന്നതിനാൽ ഇത് നഗരമായിരുന്നു എന്ന് പറയുന്നത്. സിന്ധു സരസ്വതി മേഖലയിൽ ഖനനം ചെയ്ത നിരവധി സ്ഥലങ്ങൾ ഇത് സാധൂകരിക്കുന്നു. അതിനാൽ ചരിത്രകാരന്മാർ ഇതിനെ ഒരു നഗര സംസ്കാരമായി അംഗീകരിക്കുന്നു.

എന്തുകൊണ്ട് സിന്ധു സരസ്വതി എന്ന് വിളിക്കുന്നുന്നത്?

ആദ്യകാല ചരിത്രകാരന്മാർ കണ്ടെത്തിയ ആദ്യ നഗരങ്ങൾ സിന്ധു നദിയുടെ തീരത്ത് സ്ഥിതി ചെയ്തിരുന്നതിനാലാണ് ഇതിനെ സിന്ധു താഴ്വാര സംസ്കാരം എന്ന് വിളിച്ചത്. ഇരുപതാം നൂറ്റാണ്ടിന്റെ

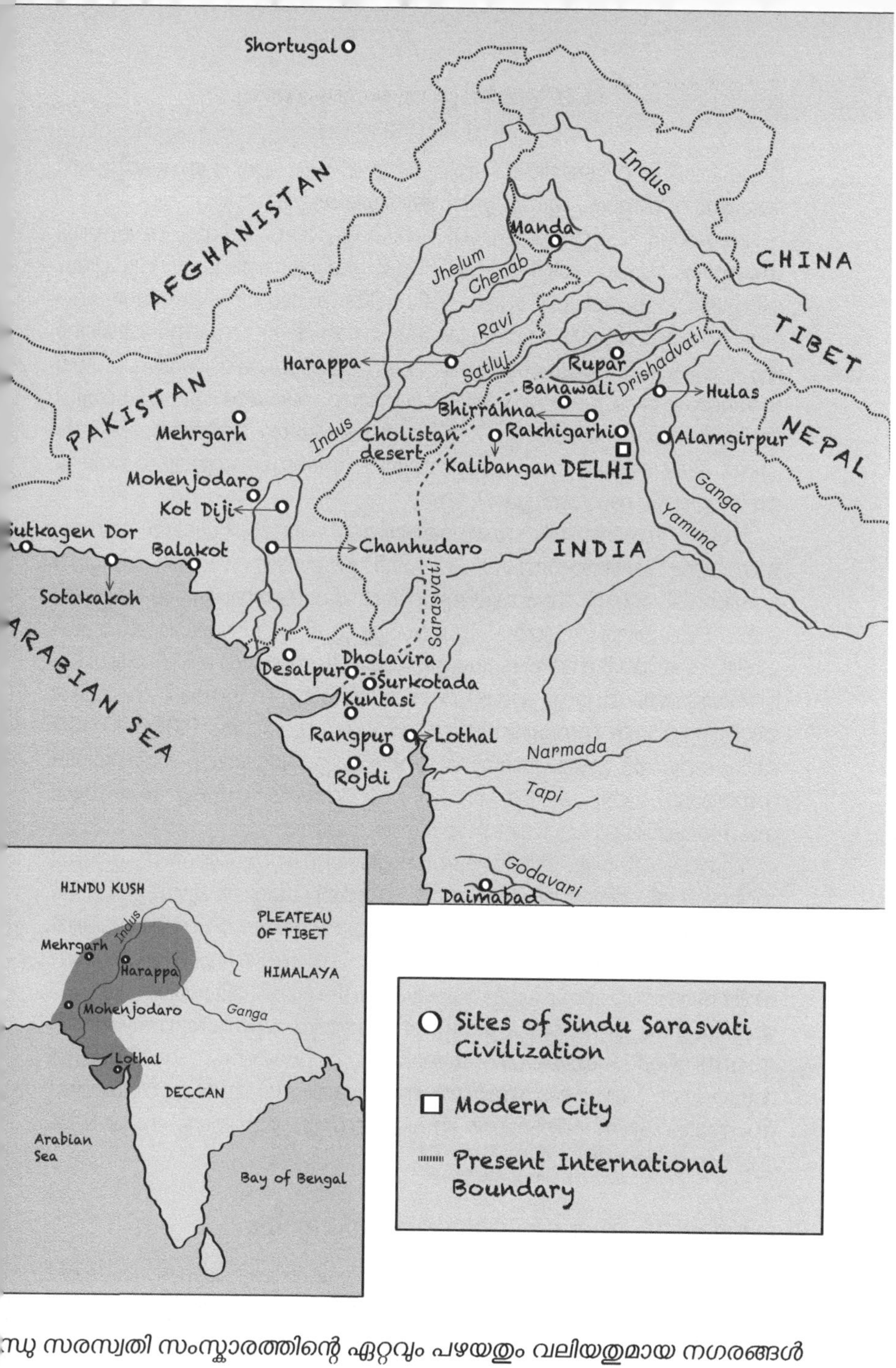

ന്ധു സരസ്വതി സംസ്കാരത്തിന്റെ ഏറ്റവും പഴയതും വലിയതുമായ നഗരങ്ങൾ

തുടക്കത്തിൽ കണ്ടെത്തിയ ആദ്യത്തെ നഗരം ഹരപ്പ ആയതിനാൽ ഹരപ്പൻ സംസ്കാരം എന്നും ഇത് അറിയപ്പെടുന്നു.

അപ്പോൾ, എന്തുകൊണ്ടാണ് നാം ഇതിനെ സിന്ധു സരസ്വതി സംസ്കാരം എന്ന് വിളിക്കുന്നത്? ഈ സംസ്കാരത്തിന്റെ വ്യാപ്തിയും വിസ്തൃതിയും കൃത്യമായി പ്രതിനിധീകരിക്കുന്നതിനാൽ ഞങ്ങൾ ഈ പേര് തിരഞ്ഞെടുത്തു. ഹരപ്പയുടെ കണ്ടെത്തൽ ഈ സംസ്കാരത്തിന്റെ മറ്റ് നിരവധി നഗരങ്ങളുടെ ഖനനത്തിലേക്ക് നയിച്ചു. ഈ നഗരങ്ങളിൽ ഏകദേശം അറുപത്തിമൂന്ന് ശതമാനവും സരസ്വതി നദിയുടെയോ അതിന്റെ കൈവഴികളുടെയോ തീരത്തായിരുന്നു എന്ന് കണ്ടെത്തി.[1] ഈ കണ്ടെത്തിയ നഗരങ്ങൾ ഏറ്റവും പഴയതും വലിയതുമായ നഗരങ്ങളായിരുന്നു.

സിന്ധു സരസ്വതി സംസ്കാരത്തിന്റെ ഏറ്റവും വലിയ നഗരം ഇന്നത്തെ ഹരിയാനയിലെ ഹിസ്സാർ ജില്ലയിൽ സ്ഥിതി ചെയ്യുന്ന രാഖിഗഢി ആണ്. സരസ്വതിയുടെ ഒരു പോഷകനദിയായ ദൃഷദ്വതി ഒരു കാലത്ത് ഈ പ്രദേശത്തുകൂടി ഒഴുകിയിരുന്നതായി ചരിത്രകാരന്മാർ സ്ഥിരീകരിച്ചിട്ടുണ്ട്. രാഖിഗഢിയിൽ നിന്ന് അധികം ദൂരെയല്ലാത്ത ഭിറാന, ഇപ്പോൾ വരണ്ടുപോയ സരസ്വതി നദിയുടെ തീരത്തുള്ള ഒരു നഗരമായിരുന്നു. ഭിറാന ഏകദേശം 9,000-10,000 വർഷങ്ങളായി തുടർച്ചയായി ജനവാസം ഉണ്ടായിരുന്ന ഒരേയൊരു നഗരമാണ്, ഈ കാരണത്താൽ, ഭിറാനായെ സിന്ധു സരസ്വതി സംസ്കാരത്തിന്റെ ഏറ്റവും പഴയ നഗരമാക്കുന്നു.

ഏറ്റവും പഴയതും വലിയതുമായ പുരാതന നഗരങ്ങൾ സരസ്വതി നദിയുടെ തീരത്തോ അതിനടുത്തോ സ്ഥിതി ചെയ്യുന്നു എന്ന് ഇപ്പോൾ നമുക്കറിയാം. കണ്ടെത്തിയിട്ടുള്ള എല്ലാ പുരാതന നഗരങ്ങളിൽ ഏകദേശം മൂന്നിൽ രണ്ട് ഭാഗവും സരസ്വതിയുടെ പുരാതന നദീതടത്തിലോ അതിന്റെ പോഷകനദികളുടെ തീരത്തോ ആണ്. ഇത്രയധികം ജനങ്ങൾ സരസ്വതി തടത്തിൽ ജീവിച്ചിരുന്നതിനാൽ, സരസ്വതിക്ക് അതിന്റെ യഥാർത്ഥ പ്രാധാന്യം നൽകുന്നത് ന്യായമാണ്. അതുകൊണ്ടാണ് നാം ഇതിനെ സിന്ധു സരസ്വതി സംസ്കാരം എന്ന് വിളിക്കാൻ ഇഷ്ടപ്പെടുന്നതും ഈ രണ്ടു നദികളുടെ പ്രാധാന്യം അംഗീകരിക്കുന്നതും.

വിശാലവും സമൃദ്ധവുമായ ഒരു സംസ്കാരം

ഇതുവരെ, സിന്ധു സരസ്വതി നാഗരികതയിൽപ്പെട്ട ഏകദേശം 3,741 ജനവാസ കേന്ദ്രങ്ങൾ, നഗരങ്ങൾ, പട്ടണങ്ങൾ എന്നിവ കണ്ടെത്തിയിട്ടുണ്ട്. ഇത് ഒരു പുരാതന സംസ്കാരത്തെ സംബന്ധിച്ചിടത്തോളം വളരെ വലുതാണ്! വിവിധ കണക്കുകൾ പ്രകാരം

ഈ നാഗരികത ഉൾക്കൊള്ളുന്ന മൊത്തം വിസ്തീർണ്ണം ഏകദേശം 10-12 ലക്ഷം ചതുരശ്ര കിലോമീറ്റർ ആണ്, അത് ഉത്തർപ്രദേശിന്റെ വിസ്തീർണ്ണത്തിന്റെ ഏകദേശം നാലിരട്ടിയോ മധ്യപ്രദേശിന്റെ വിസ്തീർണ്ണത്തിന്റെ മൂന്നിരട്ടിയോ, അല്ലെങ്കിൽ ആധുനിക ഇന്ത്യയുടെ മൊത്തം വിസ്തീർണ്ണത്തിന്റെ ഏകദേശം മൂന്നിലൊന്നോ ആണ്!

പുരാതന സിന്ധു സരസ്വതി സംസ്കാരത്തിൽ ആകെ 40-60 ലക്ഷം ജനസംഖ്യ ഉണ്ടായിരുന്നു. ഇത് 2023ലെ ജയ്പൂരിന്റെ ജനസംഖ്യയോട് തുല്യമാണ്. ഈ ജനങ്ങൾ മുഴുവൻ മധ്യപ്രദേശിന്റെ മൂന്നിരട്ടി വിസ്തീർണമുള്ള ഒരു പ്രദേശത്ത് ജീവിക്കുന്നതായി സങ്കൽപ്പിച്ചുനോക്കൂ.

വ്യാപാരവും കണക്റ്റിവിറ്റിയും

ഈ നഗരങ്ങളിൽ മിക്കതും ഉത്തര, പടിഞ്ഞാറൻ ഇന്ത്യയിൽ, സിന്ധു, സരസ്വതി നദികളുടെ തീരങ്ങളിലായിരുന്നു സ്ഥിതി ചെയ്തിരുന്നത്. പടിഞ്ഞാറൻ ഇന്ത്യയിലെ ചില നഗരങ്ങൾ കടലിനോട് ചേർന്നായിരുന്നു അതിനാൽ ആ നഗരങ്ങളിൽ നാവിക കപ്പലുകൾക്കായി തുറമുഖങ്ങളും ഡോക്കുകളും ഉണ്ടായിരുന്നു. ഈ നഗരങ്ങൾ സിന്ധു സരസ്വതി നാഗരികതയുടെ മറ്റ് ഭാഗങ്ങളുമായും ഇന്ത്യയിൽ നിന്ന് വളരെ അകലെയുള്ള മറ്റ് സംസ്കാരങ്ങളുമായും വ്യാപാരം നടത്തിയിരുന്നു. അവർ പരുത്തി തുണി, കാർണേലിയൻ കല്ലുകൊണ്ടുള്ള മണികൾ, ലാപിസ് ലാസുലി പോലുള്ള വിലപിടിപ്പുള്ള കല്ലുകൾ,മഞ്ഞൾ,കുരുമുളക്,ജീരകംതുടങ്ങിയസുഗന്ധവ്യഞ്ജനങ്ങൾ എന്നിവ കയറ്റുമതി ചെയ്തിരുന്നു. ചെമ്പ് പോലുള്ള അസംസ്കൃത വസ്തുക്കൾ ജനപ്രിയ ഇറക്കുമതി ഇനമായിരുന്നു.

കാലത്തിന് മുൻപേ സഞ്ചരിച്ച ഒരു നഗരം

പുരാവസ്തു ഗവേഷകർ പുരാതന നഗരങ്ങൾ ഖനനം ചെയ്തപ്പോൾ, വ്യക്തമായി അടയാളപ്പെടുത്തിയ പ്രദേശങ്ങൾ, നന്നായി ആസൂത്രണം ചെയ്ത റോഡുകൾ, മറ്റ് പൗര സൗകര്യങ്ങൾ എന്നിവയോടെയുള്ള വിശാലമായ ലേഔട്ടുകൾ കണ്ടെത്തി. വീതിയുള്ള റോഡുകൾ, നേരെയായി ക്രമീകരിച്ച വീടുകൾ, കടകൾ, വാണിജ്യസ്ഥലങ്ങൾ, കായിക സൗകര്യങ്ങൾ ഉള്ള ഒരു ആധുനിക നഗരം പോലെയായിരുന്നു. എന്നാൽ, അത്ഭുതകരമായ സിന്ധു സരസ്വതി സംസ്കാരത്തിന്റെ വിശദാംശങ്ങളിലേക്ക് കടക്കുന്നതിന് മുമ്പ്, അത് എങ്ങനെയാണ് കണ്ടെത്തിയതെന്നും ആരാണ് കണ്ടെത്തിയതെന്നും നമുക്ക് നോക്കാം.

Fun Activities

- ഗൂഗിൾ മാപ്പിൽ രാഖിഗഢിയുടെയും ഭിറാനയുടെയും സ്ഥാനം കണ്ടെത്തുക.
- ഗൂഗിൾ സെർച്ച് ഉപയോഗിച്ച് ഉത്തർപ്രദേശ്, മധ്യപ്രദേശ്, ഇന്ത്യ എന്നിവയുടെ ആകെ വിസ്തീർണ്ണം കണ്ടെത്തുക.
- നിങ്ങൾ സന്ദർശിച്ചിട്ടുള്ള അല്ലെങ്കിൽ സന്ദർശിക്കാൻ ആഗ്രഹിക്കുന്ന ഒരു തീരദേശ നഗരത്തിന്റെ പേര് എഴുതുക.

അപ്രതീക്ഷിതമായ ഒരു കണ്ടെത്തല്

ആദ്യമായി ഖനനം (കുഴിച്ചെടുക്കൽ) ചെയ്യപ്പെട്ട സിന്ധു സരസ്വതി നഗരമായ ഹരപ്പയുടെ കണ്ടെത്തൽ തികച്ചും യാദൃച്ഛികമായിരുന്നു. ആ സമയത്ത്, ബ്രിട്ടീഷ് പര്യവേക്ഷകർക്ക് അവശിഷ്ടങ്ങൾക്കിടയിൽ കിടക്കുന്ന ഒരു പഴയ നഗരത്തെക്കുറിച്ച് അറിവുണ്ടായിരുന്നു. ഈ വിവരം അവർക്ക് ലഭിച്ചത് അവിടുത്തെ ജനങ്ങളിൽ നിന്നാണ്, അവർ വിശ്വസിച്ചിരുന്നത് അവിടുത്തെ ഭരണാധികാരിയുടെ അത്യാഗ്രഹം കാരണമാണ് ആ പുരാതന നഗരം നശിപ്പിക്കപ്പെട്ടത് എന്നായിരുന്നു. ആദ്യമായി ഹരപ്പയുടെ അവശിഷ്ടങ്ങൾ പരിശോധിക്കുന്ന സമയത്തു, പൗരാണികമായ സ്ഥലങ്ങളിൽ പ്രൊഫഷണൽ രീതിയിൽ ഖനനം നടത്താൻ കഴിയുന്ന ആർക്കിയോളജിക്കൽ സർവേ ഓഫ് ഇന്ത്യ പോലുള്ള സ്ഥാപനങ്ങൾ ഉണ്ടായിരുന്നില്ല. അതുവരെ ജനങ്ങൾ വിശ്വസിച്ചിരുന്നത് അതൊരു ഉപേക്ഷിക്കപ്പെട്ട അവശിഷ്ടങ്ങളായിട്ടായിരുന്നു. എന്നാൽ അതിന്റെ കൃത്യമായ പുരാതനത്വം ഒരു നിഗൂഢതയായി തുടർന്നു. പിന്നീട് ഒരു പുരാതന നഗരമായി അതിന്റെ നിലനിൽപ്പ് പൊതുവിജ്ഞാനമായി മാറിയ ശേഷം വളരെ കാലം കഴിഞ്ഞ്, 1920-ൽ മാത്രമാണ് ആ സ്ഥലത്തിന്റെ യഥാർത്ഥ ഖനനം ആരംഭിച്ചത്.

എഎസ്ഐയുടെ പങ്ക്

പുരാതന സ്മാരകങ്ങൾ ഖനനം ചെയ്യാനും സംരക്ഷിക്കാനും വേണ്ടി എഎസ്ഐ എന്ന് അറിയപ്പെടുന്ന ആർക്കിയോളജിക്കൽ സർവേ ഓഫ് ഇന്ത്യ 1861-ൽ ആണ് സ്ഥാപിതമാകുന്നത്. ഇന്ന്, എഎസ്ഐക്ക് ഇന്ത്യയിലെ പുരാതന, മധ്യകാല സ്മാരകങ്ങളുടെ സംരക്ഷണം, പരിപാലനം, ഖനനം എന്നിവയുടെ ചുമതലയുണ്ട്.

എഎസ്ഐയുടെ രൂപീകരണത്തിന് കുറച്ച് വർഷങ്ങൾക്ക് ശേഷം, ഹരപ്പൻ സ്ഥലം കഠിനമായ നാശം നേരിട്ടു. ആ കാലത്തെ ബ്രിട്ടീഷ് എഞ്ചിനീയർമാർ ലാഹോറിനും കറാച്ചിക്കും (അന്ന് അവിഭക്ത ഇന്ത്യയുടെ ഭാഗം, ഇപ്പോൾ പാകിസ്ഥാനിൽ) ഇടയിൽ റെയിൽവേ ട്രാക്ക് സ്ഥാപിക്കുകയായിരുന്നു. ഹരപ്പയ്ക്ക് സമീപം ട്രാക്കുകൾ സ്ഥാപിക്കേണ്ടിയിരുന്നപ്പോൾ, റെയിൽവേ കമ്പനിക്ക് ബാലാസ്റ്റ് (ട്രെയിൻ ട്രാക്കുകൾക്ക് ചുറ്റും കാണുന്ന കല്ലുകൾ) തീർന്നുപോയി. ദുർഭാഗ്യവശാൽ, എഞ്ചിനീയർമാർ ഹരപ്പയുടെ അവശിഷ്ടങ്ങൾ കണ്ടെത്തുകയും അതിന്റെ വലിയ ഇഷ്ടിക കൂമ്പാരങ്ങൾ ട്രാക്കുകളിൽ ബാലാസ്റ്റ് ഇടാൻ ഉപയോഗിക്കുകയും ചെയ്തു. റെയിൽവേ നിർമ്മാണത്തിനായി ഒരു പുരാതന നഗരത്തിന്റെ ഇഷ്ടികകളും കല്ലുകളും ഉപയോഗിക്കുന്നത് നിങ്ങൾക്ക് സങ്കൽപ്പിക്കാൻ കഴിയുമോ?

മുദ്രകളുടെ നിഗൂഢത

സ്ഥലത്തിന്റെ ക്രമമായ ഖനനം ആരംഭിച്ചതിനുശേഷം ആദ്യമായി കണ്ടെത്തിയ വസ്തുക്കളിൽ ഒന്നായിരുന്നു ഒരു മുദ്ര. മുദ്ര എന്നത് വ്യത്യസ്ത മോട്ടിഫുകളും പാറ്റേണുകളും കൊത്തിയിട്ടുള്ള കല്ലിന്റെ (പലപ്പോഴും സ്റ്റിയറ്റൈറ്റ്, അതായത് സോപ്പ് സ്റ്റോൺ കൊണ്ട് നിർമ്മിച്ചത്) ഒരു ചെറിയ, സമചതുരാകൃതിയിലുള്ള കഷണമാണ്. ഒരു മുദ്രയുടെ ശരാശരി വലിപ്പം നീളത്തിലും വീതിയിലും ഏകദേശം ഒരു ഇഞ്ച് ആണ്. ചില മുദ്രകൾ നീളത്തിലും വീതിയിലും രണ്ട് ഇഞ്ച് വരെ വലുതാണ്. മുദ്രകളുടെ കൃത്യമായ ഉപയോഗം അജ്ഞാതമാണെങ്കിലും, ആധുനിക കമ്പനികൾ അവരുടെ ഉൽപ്പന്നങ്ങൾ തിരിച്ചറിയാൻ ലോഗോകൾ ഉപയോഗിക്കുന്നതുപോലെ, മുദ്രകൾ ചരക്കുകളിൽ തിരിച്ചറിയൽ അടയാളമായി ഉപയോഗിച്ചിരുന്നു എന്നാണ് വിശ്വസിക്കപ്പെടുന്നത്.

സിന്ധു സരസ്വതി സംസ്കാരത്തിലെ മുദ്രകൾ മെസൊപ്പൊട്ടേമിയ (ഇന്നത്തെ ഇറാഖ്) പോലുള്ള മറ്റ് സ്ഥലങ്ങളിലും കണ്ടെത്തിയിട്ടുണ്ട്. ഇതിനർത്ഥം പുരാതന ഇന്ത്യക്കാർ വ്യാപാരത്തിനായി, ചരക്കുകളുടെ കയറ്റുമതിക്കും ഇറക്കുമതിക്കുമായി ഈ സ്ഥലങ്ങളിലേക്ക് യാത്ര ചെയ്തിരുന്നു, അതുകൊണ്ടാണ് അവർ മുദ്രകൾ കൂടെ കൊണ്ടുപോയത്.

മുദ്രകൾ കൂടാതെ, ഇന്ത്യയിൽ നിന്നുള്ള മറ്റ് ഉൽപ്പന്നങ്ങളും മെസൊപ്പൊട്ടേമിയയിലും പുരാതന ഈജിപ്തിലും കണ്ടെത്തിയിട്ടുണ്ട്, ഇത് ഇന്ത്യൻ ചരക്കുകൾ വിദൂര സ്ഥലങ്ങളിലേക്ക് കയറ്റുമതി ചെയ്തിരുന്നു എന്ന് സൂചിപ്പിക്കുന്നു.

എന്നാൽ മുദ്രകൾ ചരക്കുകൾക്ക് പ്രധാനപ്പെട്ട അടയാളങ്ങളായിരുന്നെങ്കിൽ എന്തുകൊണ്ടാണ് അവ ഭൂമിക്കടിയിൽ കുഴിച്ചിട്ടത്? ഇതിന് പല കാരണങ്ങളുണ്ടാകാം. ഉദാഹരണത്തിന്, ഇന്നും നാം പതിവായി ഉപയോഗിക്കുന്ന സാധനങ്ങൾ പഴയതായാൽ, നാം അവ വലിച്ചെറിയുകയോ ചവറായി വിൽക്കുകയോ ചെയ്യുന്നു. ചിലപ്പോൾ, സാധനങ്ങൾ പൊട്ടുകയും നാം അവ ഉപേക്ഷിക്കുകയും ചെയ്യുന്നു. അതുപോലെ തന്നെ,

പുരാതന ഇന്ത്യയിലെ ചില വ്യാപാരികളുടെ മുദ്രകൾ ഉടഞ്ഞു പോകുകയോ ഭാഗികമായി കേടാകുകയോ അല്ലെങ്കിൽ അവർ പഴയ മുദ്രകൾ ഉപേക്ഷിച്ച് പുതിയ രൂപത്തിൽ മുദ്രകൾ ഉണ്ടാക്കിയിരിക്കാമെന്നു നമ്മുക്ക് കരുതാം. ഇതു തന്നെ അനേകം പുരാതന വസ്തുക്കൾക്കും സംഭവിച്ചിരിക്കാം.

പുരാവസ്തു ഗവേഷണത്തിന്റെ പിന്നിലെ ഭാരതീയ ഗവേഷകർ

ആദ്യമായി ഗവേഷണം നടത്തിയവരുടെ സംഘത്തിന്റെ തലവൻ ജോൺ മാർഷൽ ആയിരുന്നു. 1902-ൽ ASIയുടെ ഡയറക്ടർ ജനറലായി ബ്രിട്ടീഷ് പുരാവസ്തുഗവേഷകനായ ജോൺ മാർഷൽ നിയമിതനായി. ഹരപ്പയിലും മോഹൻജൊദാരോയിലും ഖനനത്തിൽ ഏർപ്പെട്ട പല ഭാരതീയ പുരാവസ്തുഗവേഷകരും അദ്ദേഹത്തിന് കീഴിൽ പ്രവർത്തിച്ചു. റാഖാൽ ദാസ് ബാനർജി, ദയാറാം സാഹ്നി എന്നിവർ അതിൽ പ്രധാന ഗവേഷകർ ആയിരുന്നു. ഹീരാനന്ദ് ശാസ്ത്രി, ഡി.ആർ. ഭണ്ഡാർക്കർ, എം.എസ്. വാറ്റ്സ്, എൻ.ജി. മജുമ്ദാർ തുടങ്ങിയവരും വളരെ പ്രധാനപ്പെട്ട ഖനനപ്രവർത്തനം നടത്തി. ആ സമയത്തു ASIയുടെ മേൽനോട്ടം വഹിച്ചത് ബ്രിട്ടീഷ് ബ്രിട്ടീഷ്ഉദ്യോഗസ്ഥരായിരുന്നെങ്കിലും ഇന്ത്യക്കാരായ പുരാവസ്തുഗവേഷകരാണ് കൂടുതലും പ്രയത്നിച്ചത്.

പുരാവസ്തുഗവേഷകർ എന്താണ് ചെയ്യുന്നത്?

നമ്മൾ പലപ്പോഴും പുരാവസ്തുഗവേഷകർ പുരാതന നാഗരികതകൾ കണ്ടെത്തുന്നത് കേൾക്കാറുണ്ട്. എന്നാൽ അവർ ചെയ്യുന്നതെന്താണ്? പുരാവസ്തുഗവേഷകൻ ഒരു ശാസ്ത്രജ്ഞനാണ്. ആദ്യം അവർ പഠിക്കേണ്ട സ്ഥലങ്ങൾ കണ്ടെത്തും. പിന്നീട് അതിനെക്കുറിച്ച് കൂടുതൽ അറിയാൻ ഖനനം നടത്തും. ഈ ഖനനം സാധാരണയായി നടക്കുന്നത് കാലങ്ങളായിഅവശിഷ്ടങ്ങൾകുന്നുകൂടിപോയസ്ഥലങ്ങളിലായിരിക്കും.

ഖനനം നടത്തേണ്ട സ്ഥലം അടയാളപ്പെടുത്തി കഴിഞ്ഞാൽ അവർ ആ സ്ഥാലത്തെ കൃത്യമായി പ്ലാനിട്ട് ചെറിയ ചതുരങ്ങളായി

(grid pattern) ഭാഗിച്ച് ഖനനം തുടങ്ങും. അതിനെയാണ് ട്രെഞ്ചുകൾ എന്ന് പറയുന്നത്. അതിനുശേഷം അവിടെനിന്ന് കിട്ടിയ വസ്തുക്കൾ ശാസ്ത്രീയമായി പരിശോധിച്ച് അവയുടെ കാലക്രമം കണ്ടെത്തും. ഇതിനാലാണ്, പുരാവസ്തുഗവേഷകരെ പുരാതന സ്ഥലങ്ങളും വസ്തുക്കളും കണ്ടെത്തി പഠിക്കുന്ന ശാസ്ത്രജ്ഞരാണ് എന്ന് പറയുന്നത്.

ഹരപ്പയും മോഹൻജൊദാരോയും ബുദ്ധമതത്തിന്റെ കേന്ദ്രങ്ങളായാണ് ജോൺ മാർഷലും മറ്റ് ഗവേഷകരും ആദ്യം കരുതിയിരുന്നത്. ഹരപ്പയും മോഹൻജൊദാരോയിനും ഏകദേശം 1000 വർഷത്തിന്റെ പഴക്കമേയുള്ളൂ എന്നും അവർ വിശ്വസിച്ചിരുന്നു. എന്നാൽ വളരെ കാലത്തിന് ശേഷം ഇന്ത്യക്കാരായ ഗവേഷകരാണ് പഠനം നടത്തി ഇതു ബൗദ്ധ കാലത്തേക്കാളും വളരെ പഴയതാണെന്ന് തെളിയിച്ചത്.

സിന്ധു സരസ്വതി സംസ്കാരത്തിന്റെ പഴക്കം

മേസോപൊട്ടേമിയയിലും പുരാതന ഇന്ത്യൻ മുദ്രകൾ കണ്ടെത്തിയപ്പോൾ സിന്ധു സരസ്വതി സംസ്കാരം ബ്രോൺസ് എജ്ജ് (Bronze Age) സംസ്കാരമായിരുന്നുവെന്ന കാര്യം തെളിയിച്ചു. അതിന്റെ അടിസ്ഥാനത്തിൽ ജോൺ മാർഷലിന് ഹരപ്പയുടെയും മോഹൻജൊദാരോയുടെയും പഴക്കം ആയിരം വർഷത്തേക്കാൾ വളരെ പഴയതാണെന്ന് സമ്മതിക്കേണ്ടി വന്നു.

കാർബൺ ഡേറ്റിങ്ങ് എന്ന ശാസ്ത്രീയ പരീക്ഷണ രീതികൾ വന്നപ്പോളാണ് സിന്ധു സരസ്വതി സംസ്കാരം ഏകദേശം 5200 വർഷം പഴക്കമുണ്ടെന്ന് തിരിച്ചറിഞ്ഞത്. കാർബൺ ഡേറ്റിങ്ങ് എന്നത് വളരെ കാലത്തിന് മുൻപ് ജീവനുണ്ടായിരുന്ന സാധനങ്ങൾ (മരത്തിന്റെ കഷ്ണങ്ങൾ, ചാരം, അസ്ഥികളിലെ DNA) എന്നിവയിൽ നിന്നുള്ള സാമ്പിളുകൾ പരിശോധിച്ച് വസ്തുക്കളുടെ പ്രായം കണക്കാക്കുന്ന ശാസ്ത്രീയ രീതിയാണ്.

ഇതിൽ കാർബൺ 14 എന്ന കാർബണിന്റെ ഒരു ഐസോടോപ്പ് ഉപയോഗിച്ച് അവയുടെ പഴക്കം നിർണ്ണയിക്കാം. ഒരു മൂലകത്തിന്റെ വേറൊരു വകഭേദമാണ് ഐസോടോപ്പ് എന്നത്. അതിന്റെ ന്യൂക്ലീയസിൽ പ്രോട്ടോണുകളുടെ എണ്ണം സമവും ന്യൂട്രോണുകളുടെ എണ്ണം വ്യത്യസ്തവുമായിരിക്കും. കാർബൺ 14 ന് സ്ഥിരതയില്ല, അതുകൊണ്ടുതന്നെ അത് സമയത്തോടൊപ്പം കുറഞ്ഞു പോകുന്നു. ശാസ്ത്രജ്ഞർ സാമ്പിളിൽ എത്ര കാർബൺ 14 ശേഷിക്കുന്നുണ്ടെന്ന് കണ്ടെത്തുന്നതിന് ‘ഹാഫ് ലൈഫ്’ എന്ന രീതിയാണ് ഉപയോഗിക്കുന്നത്. ഹാഫ് ലൈഫ് എന്നത് ഒരു സാമ്പിളിലെ കാർബൺ 14ന്റെ പകുതി കുറയാൻ എടുക്കുന്ന സമയമാണ്.

ഇപ്രകാരം കണ്ടെത്തിയ കണക്കുകൾ പ്രകാരം, ഖനന സ്ഥലത്തുനിന്ന് എടുത്ത വിവിധ സാമ്പിളുകൾക്ക് 5200 വർഷം മുതൽ ഏകദേശം 3700 വർഷം വരെ പഴക്കമുണ്ട് എന്ന് തിട്ടപ്പെടുത്തിയിട്ടുണ്ട്. ഇതിനർത്ഥം സിന്ധു സരസ്വതി സംസ്കാരം 5,200 വർഷങ്ങൾക്ക് മുമ്പ് ആരംഭിച്ച് ഏകദേശം 1,500 വർഷമോ അതിലധികമോ കാലം വരെ സമൃദ്ധമായും സജീവമായും തുടർന്നിരുന്നു എന്നാണ്.

പുരാവസ്തു ഗവേഷകർ ഒരു സ്ഥലത്തു ഖനനം നടത്തുമ്പോൾ, അവർ ആ പ്രദേശത്തെ ചതുരാകൃതിയിലോ ചതുരശ്ര രൂപത്തിലോ അടയാളപ്പെടുത്തുന്നു. തുടർന്ന് അവർ സാവധാനത്തിലും അതീവ ശ്രദ്ധയോടെയും കൂടി അവിടം കുഴിക്കാൻ തുടങ്ങുന്നു. ഒരു വസ്തു കാണുമ്പോൾ, അവർ ഒരു ബ്രഷ് ഉപയോഗിച്ച് അതിന് ചുറ്റുമുള്ള മണ്ണ് ശ്രദ്ധാപൂർവ്വം മാറ്റുന്നു. ഇത് വസ്തുവിന് എന്തെങ്കിലും കേടുപാട് സംഭവിക്കാതിരിക്കാനാണ്. ഇത്തരത്തിൽ വളരെ ശ്രദ്ധാപൂർവ്വമായ ഒരു പ്രക്രിയയാണ് ഖനനം. പുരാവസ്തു ഗവേഷകർ സാധാരണയായി ഒരു ദിവസം കുറച്ച് സെന്റീമീറ്റർ മാത്രമേ കുഴിക്കാറുള്ളൂ. വസ്തു കണ്ടെത്തിയ ആഴം രേഖപ്പെടുത്തുന്നു. അവിടുന്ന് ധാന്യങ്ങൾ, ചാരം, എല്ലുകൾ തുടങ്ങിയ ജൈവ തെളിവുകൾ അതിന്റെ കാലപ്പഴക്കം നിർണ്ണയിക്കുന്നതിനായി കാർബൺ 14 ഡേറ്റിംഗിനായി ശേഖരിക്കുന്നു.

കൂടുതൽ വസ്തുക്കൾ കണ്ടെത്താൻ പുരാവസ്തു ഗവേഷകർ കൂടുതൽ ആഴങ്ങളിലേക്ക് കുഴിക്കുന്നത് തുടരുന്നു. ഖനനം പൂർത്തിയായാൽ, വസ്തുക്കൾ അവയുടെ ആഴവും അനുബന്ധ കാലഘട്ടവും അടിസ്ഥാനമാക്കി കാറ്റലോഗ് ചെയ്യപ്പെടുന്നു. ഒരു വസ്തു എത്ര ആഴത്തിൽ നിന്ന് കണ്ടെത്തുന്നുവോ, അത്രകണ്ട് അതിന് കാലപ്പഴക്കമുണ്ട്.

ഒരു പൊതുവായ സംസ്കാരത്തിന്റെ തെളിവ്

സിന്ധു സരസ്വതി സംസ്കാരമുണ്ടായിരുന്ന സ്ഥലങ്ങളിലെ ഖനനങ്ങൾ വിവിധ സ്ഥലങ്ങളിൽ, നൂറുകണക്കിന് കിലോമീറ്ററോളം അകലെയായി നടത്തപ്പെട്ടു. അപ്പോൾ, ഇത്ര വിശാലമായ ഒരു പ്രദേശത്ത് ഒരേ സംസ്കാരമായിരുന്നുവെന്ന്, അതും 1500 വർഷങ്ങൾക്ക് അപ്പുറം, നമുക്ക് എങ്ങനെ അനുമാനിക്കാൻ കഴിയും? ഇത് മനസ്സിലാക്കാൻ, ആദ്യം നാം ഒരു സംസ്കാരം എന്താണെന്ന് നിർവചിക്കണം. സിന്ധു സരസ്വതി സംസ്കാരത്തെ നിർവചിച്ചത് ഒരു ഭൗതിക സംസ്കാരമായിട്ടാണ്. ഭൗതിക സംസ്കാരം എന്നത് ഖനനത്തിനിടയിൽ കണ്ടെത്തിയ ഭൗതിക അവശിഷ്ടങ്ങളെ സൂചിപ്പിക്കുന്നു, അതായത് മുദ്രകൾ, ഇഷ്ടികകൾ, മൺപാത്രങ്ങൾ, ആഭരണങ്ങൾ, കളിപ്പാട്ടങ്ങൾ തുടങ്ങിയവ.

വിവിധ സ്ഥലങ്ങളിൽ നിന്ന് ഖനനം ചെയ്ത വസ്തുക്കൾ സമാനമോ ഒരേ സവിശേഷതകളോ പങ്കിടുന്നുവെങ്കിൽ, അവ ഒരേ കാലഘട്ടത്തിലോ, സംസ്കാരത്തിലോ ഉൾപ്പെടുന്നുവെന്ന് സൂചിപ്പിക്കുന്നു. സിന്ധു സരസ്വതി സംസ്കാരത്തിലെ നഗരങ്ങളുടെ കാര്യത്തിൽ ഇതായിരുന്നു സംഭവിച്ചത്. സമാനമായ മൺപാത്രങ്ങൾ, മുദ്രകൾ, കളിപ്പാട്ടങ്ങൾ, മറ്റ് വസ്തുക്കൾ എന്നിവ കാശ്മീർ മുതൽ ഗുജറാത്ത് വരെയുള്ള നഗരങ്ങളിൽ കണ്ടെത്തി. ഈ നഗരങ്ങളെല്ലാം ഒരേ സംസ്കാരത്തിന്റെ ഭാഗമായിരുന്നുവെന്ന് ഇത് സ്ഥാപിച്ചു.

1920-കളുടെ തുടക്കം മുതൽ 2024 വരെ, ഇന്ത്യയിൽ ഇത്തരത്തിലുള്ള നിരവധി നഗരങ്ങളും പട്ടണങ്ങളും ഖനനം ചെയ്തിട്ടുണ്ട്, ചിലത് 9,000 വർഷങ്ങൾക്ക് മുമ്പ് വരെയുള്ള ജനവാസത്തിന്റെ തെളിവുകൾ കാണിക്കുന്നു. ഇതിനർത്ഥം സിന്ധു സരസ്വതി സംസ്കാരം ആരംഭിക്കുന്നതിന് വളരെ മുമ്പ് തന്നെ ആളുകൾ ഈ പ്രദേശങ്ങളിൽ താമസിച്ചിരുന്നുവെന്നാണ്.

Fun Activities

- ഗൂഗിൾ മാപ്പിൽ ഹരപ്പ, മോഹൻജൊദാരോ നഗരങ്ങളുടെ സ്ഥാനം കണ്ടെത്തുക.
- ഗൂഗിൾ സെർച്ച് ഉപയോഗിച്ച് മറ്റ് ബ്രോൺസ് യുഗ സംസ്കാരങ്ങളുടെ സ്ഥാനങ്ങൾ കണ്ടെത്തുക.
- കാർബൺ ഡേറ്റിംഗ് പ്രക്രിയ വിശദീകരിക്കാൻ നിങ്ങളുടെ മാതാപിതാക്കളോടോ അധ്യാപകരോടോ ആവശ്യപ്പെടുക.

അത്ഭുതകരമായ പുരാതന കളിപ്പാട്ടങ്ങൾ

ഇഷ്ടികകളും മുദ്രകളും മാത്രമായിരുന്നില്ല പുരാവസ്തു ഗവേഷകർ കണ്ടെത്തിയത്. വിവിധ തരം പാത്രങ്ങൾ, കളിപ്പാട്ടങ്ങൾ, ബോർഡ് ഗെയിമുകൾ, ആഭരണങ്ങൾ, അടുക്കള ഉപകരണങ്ങൾ, വേട്ടയാടാൻ ഉപയോഗിച്ചിരുന്ന ഉപകരണങ്ങൾ തുടങ്ങി മറ്റ് നിരവധി രസകരമായ വസ്തുക്കളും ഖനനങ്ങളിൽ കണ്ടെത്തിയിട്ടുണ്ട്.

സിന്ധു സരസ്വതി സംസ്കാരത്തിലെ കളിപ്പാട്ട നിർമ്മാതാക്കൾ

സിന്ധു സരസ്വതി സംസ്കാരത്തിന്റെ സ്ഥലത്തുനിന്ന് ഖനനം ചെയ്തെടുത്ത പുരാവസ്തുക്കളിൽ നിന്നെല്ലാം ശ്രദ്ധേയമായത് അവരുടെ കളിപ്പാട്ടങ്ങളായിരുന്നു. ഇന്നത്തെ കുട്ടികളെപ്പോലെ തന്നെ, ഹരപ്പൻ, രാഖിഗഢി കുട്ടികളും കളിപ്പാട്ടങ്ങൾ കൊണ്ട് കളിച്ചിരുന്നു. ഈ കളിപ്പാട്ടങ്ങൾ കേവലം വിനോദത്തിനു മാത്രമായിരുന്നില്ല. വർഷം മുഴുവൻ ഭക്ഷണ വിതരണം ഉറപ്പാക്കുക എന്നത് ഏതൊരു സമൂഹത്തിന്റെയും സമൃദ്ധിയുടെ അടിസ്ഥാനമാണ്. കാർഷിക മേഖലയിലെ സമൃദ്ധി ജനങ്ങൾക്ക് വ്യാപാരം, കരകൗശല വിദ്യകൾ തുടങ്ങിയ മറ്റ് പ്രവർത്തനങ്ങളിൽ ഏർപ്പെടാനുള്ള സൗകര്യം നൽകി. കുട്ടികൾക്കായി കളിപ്പാട്ടങ്ങൾ നിർമ്മിക്കുന്നതിൽ വിദഗ്ധരായ ഒരു വിഭാഗം ജനങ്ങളും അവിടെ ഉണ്ടായിരുന്നു എന്ന് വേണം നമ്മൾ കരുതാൻ. അക്കാലത്ത് മിക്ക കളിപ്പാട്ടങ്ങളും കളിമണ്ണ് കൊണ്ട് നിർമ്മിച്ചിരുന്നതിനാൽ, കുശവന്മാരായിരുന്നു ഈ കളിപ്പാട്ടങ്ങൾ നിർമ്മിച്ചിരുന്നത് എന്ന് അനുമാനിക്കാം.

ചക്രങ്ങൾ ഉള്ള യാന്ത്രിക കളിപ്പാട്ടങ്ങൾ

പക്ഷികൾ, മൃഗങ്ങൾ, മനുഷ്യരൂപങ്ങൾ എന്നിവയുടെ ടെറാകോട്ട പ്രതിമകൾ കൊണ്ട് കുട്ടികൾ കളിച്ചിരുന്നു. ചില കളിപ്പാട്ടങ്ങൾ യാന്ത്രികവുമായിരുന്നു. യാന്ത്രിക കളിപ്പാട്ടങ്ങൾക്ക് ഒരു സെറ്റ് ചക്രങ്ങളും നൂൽ കെട്ടാനുള്ള ഒരു കൊളുത്തും ഉണ്ടായിരുന്നു. കുട്ടികൾക്ക് ഈ കളിപ്പാട്ടങ്ങൾ വലിച്ചുകൊണ്ട് മുറ്റത്തോ തെരുവിലോ ഓടാൻ കഴിയുമായിരുന്നു - ഒരുപക്ഷേ കളിപ്പാട്ട മത്സരങ്ങൾ പോലും നടത്തിയിട്ടുണ്ടാകാം! യാന്ത്രിക കളിപ്പാട്ടങ്ങൾ അക്കാലത്തെ കുട്ടികൾക്കിടയിൽ വളരെ ജനപ്രിയമായിരുന്നിരിക്കണം.

പസിൽ ഗെയിമുകൾ

പസിൽ കളിപ്പാട്ടങ്ങളും ജനപ്രിയമായിരുന്നു, ഒരു പന്തിനെ ലാബിറിന്തിന്റെ മധ്യഭാഗത്തേക്ക് നയിക്കേണ്ട ലാബിറിന്ത് ഗെയിം ഉൾപ്പെടെ. ഈ കളിപ്പാട്ടം ഇപ്പോഴും ജനപ്രിയമാണ്, അതായത് ഇത് ആദ്യമായി നിർമ്മിച്ച് ഏകദേശം 5,000 വർഷങ്ങൾക്ക് ശേഷവും ഇത് ജനപ്രിയമായി തുടരുകയും ഇന്നും നമ്മുടെ കടകളിൽ വാങ്ങാൻ കിട്ടുന്നു. പുരാതന ഇന്ത്യൻ കളിപ്പാട്ടങ്ങൾ വിനോദത്തിന് മാത്രമുള്ളതായിരുന്നില്ല, മറിച്ച് ഏകാഗ്രത, കൈകളുടെ ചലനങ്ങൾ ഏകോപിപ്പിക്കൽ തുടങ്ങിയ ഗുണങ്ങൾ വളർത്തിയെടുക്കാനും ഉദ്ദേശിച്ചിരുന്നു എന്ന് വ്യക്തമാണ്.

മിനിയേച്ചർ അടുക്കള സെറ്റുകൾ

മറ്റൊരു കാലാതീതമായ പ്രിയപ്പെട്ട കളിപ്പാട്ടമായിരുന്നു അടുക്കള സെറ്റ്, ഇത് കളിമണ്ണ് കൊണ്ട് നിർമ്മിച്ചതും അടുപ്പ്, കലങ്ങൾ, ചട്ടികൾ, പാത്രങ്ങൾ എന്നിവ ഉൾപ്പെട്ടതുമായിരുന്നു. ഇന്നും മിനിയേച്ചർ അടുക്കള സെറ്റുകൾ ജനപ്രിയമാണ്, കടകളിൽ എളുപ്പത്തിൽ ലഭ്യമാണ്. അവ ഇന്നും കുട്ടികൾക്ക് വീട്ടുജോലികൾ രസകരമായ രീതിയിൽ പഠിക്കാൻ സഹായിക്കുന്നു.

ആധുനിക കളികളെ രൂപപ്പെടുത്തിയ ബോർഡ് ഗെയിമുകൾ

മുതിർന്നവർക്കും കുട്ടികൾക്കും വേണ്ടി ബോർഡ് ഗെയിമുകൾ ഉണ്ടായിരുന്നു. പല ബോർഡ് ഗെയിമുകളുടെയും അവിഭാജ്യ ഘടകമായിരുന്ന നിരവധി ടെറാകോട്ട പകിടകൾ ഖനനങ്ങൾക്കിടെ

പല സ്ഥലങ്ങളിൽ നിന്നും കണ്ടെത്തിയിട്ടുണ്ട്. ബോർഡ് ഗെയിമുകൾ കല്ലിൽ കൊത്തിയെടുത്തിരുന്നു, അത്തരം നിരവധി കല്ലുകൾ പുരാവസ്തു ഗവേഷകർ കണ്ടെത്തിയിട്ടുണ്ട്. പുരാതന പകിട ലൂഡോ പോലുള്ള ഗെയിമുകളിൽ ഉപയോഗിക്കുന്ന ആധുനിക പകിടയോട് സമാനമാണ്. ക്യൂബോയിഡ് പകിട ഉപയോഗിക്കുന്ന ബോർഡ് ഗെയിം പുരാതന കാലം മുതൽ നിലവിലുണ്ട്. ഇത് വിവിധ രൂപങ്ങളിലേക്ക് വികസിച്ചു, ലൂഡോ അവയിൽ ഒന്നാണ്;

ലൂഡോ ഇന്ത്യയിൽ മാത്രമല്ല, ലോകമെമ്പാടും ഒരു ജനപ്രിയ ബോർഡ് ഗെയിമായി നിലനിൽക്കുന്നു. കൗതുകകരമായ കാര്യം എന്തെന്നാൽ, അമേരിക്കൻ ഐക്യനാടുകളിൽ ലൂഡോ പാചീസി എന്നറിയപ്പെടുന്നു, ഇത് ഇന്ത്യൻ വാക്കായ 'പചീസി'യുടെ വികൃതരൂപമാണ്. ക്യൂബോയിഡ് ഡൈസുകൾക്ക് പുറമേ, നീളമുള്ള ചതുരാകൃതിയിലുള്ള ഡൈസുകളും നിരവധി സിന്ധു സരസ്വതി സ്ഥലങ്ങളിൽ നിന്ന് കണ്ടെടുത്തിട്ടുണ്ട്. ഇവ സാധാരണയായി ഗെയിമുകളിൽ സംഖ്യകൾ എറിയാൻ ജോഡികളായി ഉപയോഗിച്ചിരുന്നു.

ഈ പുരാതന ബോർഡ് ഗെയിമുകളിൽ ചിലത് ചെസ്സിനോട് സാമ്യമുള്ളവയാണ്, വ്യത്യസ്ത വലുപ്പവും ആകൃതിയുമുള്ള കരുക്കളോടെ. ഗെയിമിന്റെ നിയമങ്ങൾ അജ്ഞാതമായി തുടരുന്നുവെങ്കിലും, അവയുടെ നീക്കങ്ങൾ ആധുനിക ചെസ്സിലേതിന് സമാനമായിരുന്നു എന്ന് അനുമാനിക്കാം. കൊത്തിയെടുത്ത ചില കല്ല് ബോർഡ് ഗെയിമുകളിൽ ആധുനിക ചെസ്സ് ബോർഡിലെ 64 കള്ളികളെ അനുസ്മരിപ്പിക്കുന്ന ഗ്രിഡുകളുണ്ട്. ഈ പുരാതന ബോർഡ് ഗെയിമുകൾ ആധുനിക ചെസ്സായി വികസിച്ചതാകാം.

ചതുരംഗവും ചെസ്സിന്റെ പ്രാരംഭ വേരുകളും

പത്തൊമ്പതാം നൂറ്റാണ്ടിലെ ബ്രിട്ടീഷ് വിദ്യാഭ്യാസ വിദഗ്ധനായ മുറേയുടെ അഭിപ്രായത്തിൽ, ആധുനിക ചെസ്സ് ഇന്ത്യൻ ഗെയിമായ ചതുരംഗത്തിൽ നിന്നാണ് ഉത്ഭവിച്ചത്. ചതുരംഗത്തിന്റെ രേഖപ്പെടുത്തിയ ചരിത്രം ഏഴാം നൂറ്റാണ്ടിലേക്ക് മാത്രമേ തിരികെ പോകുന്നുള്ളുവെങ്കിലും, ചെസ്സ് ഗെയിം ഇതിലും പഴക്കമുള്ളതാകാം. സംസ്കൃത പദമായ 'ചതുരംഗ' എന്നാൽ അക്ഷരാർത്ഥത്തിൽ 'നാല് അവയവങ്ങൾ' എന്നാണ് അർത്ഥമാക്കുന്നത്, ഇത് സൈന്യത്തിന്റെ നാല് വിഭാഗങ്ങളെ സൂചിപ്പിക്കുന്നു: കാലാൾപ്പട, കുതിരപ്പട, ആനപ്പട, തേർപ്പട. ഏകദേശം രണ്ടായിരം വർഷങ്ങൾക്ക് മുമ്പ് എഴുതപ്പെട്ട അർത്ഥശാസ്ത്രത്തിൽ ചതുരംഗത്തെക്കുറിച്ച് പരാമർശിക്കുന്നുണ്ട്.

ഈ പദാവലി ആധുനിക ചെസ്സ് കരുക്കളുമായി നേരിട്ട് ബന്ധപ്പെട്ടിരിക്കുന്നു, അവയും ഈ സൈനിക യൂണിറ്റുകളെ പ്രതിനിധീകരിക്കുകയും രാജാവിനെ സംരക്ഷിക്കാനും രാജാവിന്റെ എതിരാളിയെ പിടിക്കാനും ഉപയോഗിക്കുകയും ചെയ്യുന്നു. സിന്ധു സരസ്വതി സംസ്കാരത്തിലെ ജനങ്ങൾ കളിച്ച ഒരു ബോർഡ് ഗെയിം എങ്ങനെ ഒരു ആഗോള തന്ത്ര ഗെയിമായി വികസിച്ചു എന്ന് ഊഹിക്കാൻ മാത്രമേ നമുക്ക് കഴിയൂ.

സിന്ധു സരസ്വതി കാലഘട്ടത്തിലെ കളിപ്പാട്ടങ്ങളെക്കുറിച്ച് ഇത്രയും അറിഞ്ഞ നിങ്ങൾക്ക്, പുരാതന കുട്ടികൾ അവരുടെ യാന്ത്രിക കളിപ്പാട്ടങ്ങളുമായി കളിക്കുന്നതോ ഒരു ചെറിയ പന്ത് ഒരു ലാബിരിന്തിലൂടെ നയിക്കാൻ ശ്രമിക്കുന്നതോ സങ്കൽപ്പിക്കാൻ കഴിയുമോ? അല്ലെങ്കിൽ പുരാതന ചെസ്സ് കളിയിൽ എതിരാളിയെ തോൽപ്പിക്കാൻ മനസ്സ് പ്രയോഗിക്കുന്ന മുതിർന്നവരെ സങ്കല്പിച്ചുനോക്കൂ.

Fun Activities

- നിങ്ങളുടെ സുഹൃത്തുക്കളെ വീട്ടിലേക്ക് ക്ഷണിച്ച് പുരാതന ഭാരതത്തിലെ അത്ഭുതകരമായ കളിപ്പാട്ടങ്ങളെക്കുറിച്ച് അവരോട് പറയൂ.

പുരാതന ഇന്ത്യൻ കണ്ടുപിടുത്തകാർ

സംസ്കാരത്തിന്റെ ഉയർച്ചയോടെ കണ്ടുപിടിത്തങ്ങളും ആവിഷ്കാരങ്ങളും വരുന്നു. ഇവ പ്രധാനമായും ജനങ്ങളുടെ ജീവിതം എളുപ്പമാക്കുന്ന ഉപകരണങ്ങളും സാങ്കേതികവിദ്യകളുമാണ്. പുരാതന ഇന്ത്യക്കാർ അവരുടെ സംരംഭക സ്വഭാവവും അത്ഭുതകരമായ നവീകരണ ശക്തിയും പ്രദർശിപ്പിച്ചുകൊണ്ട് നിരവധി കണ്ടുപിടിത്തങ്ങളും ആവിഷ്കാരങ്ങളും നടത്തി. അവയിൽ ചിലത് നമുക്ക് പരിശോധിക്കാം.

ആദ്യകാല പരുത്തി കൃഷിക്കാർ

തുണി നിർമ്മിക്കുന്നതിനായി പരുത്തി കൃഷി ചെയ്ത ആദ്യത്തെ ജനത ഇന്ത്യക്കാരായിരുന്നു. വാസ്തവത്തിൽ, സിന്ധു സരസ്വതി സംസ്കാരത്തിന്റെ കുടിയേറ്റങ്ങൾ ഉണ്ടാകുന്നതിനു മുമ്പ് തന്നെ തുണിക്കായി പരുത്തി ഉപയോഗിച്ചിരുന്നു. മെഹർഗഡ് എന്ന നവശിലായുഗ സ്ഥലത്ത് നടത്തിയ ഖനനങ്ങളിൽ പുരാവസ്തു ഗവേഷകർ പരുത്തി നാരുകൾ കണ്ടെത്തിയിട്ടുണ്ട്. പരുത്തിയുടെ ഗാർഹികവൽക്കരണം ഒരു ദീർഘകാല പ്രക്രിയയായിരിക്കണം, അവിടെ പുരാതന ഇന്ത്യക്കാർ ഉപയോഗയോഗ്യമായ പരുത്തി ഉത്പാദിപ്പിക്കുന്നതിന് സസ്യത്തിന്റെ വിവിധ ഇനങ്ങളെ ശ്രദ്ധാപൂർവ്വം വളർത്തിയെടുത്തു. പുരാതന ഇന്ത്യക്കാർ കൃഷി, കൊയ്ത്ത്, ജിന്നിംഗ്, നൂൽനൂൽപ്പ്, നെയ്ത്ത്, ചായം മുക്കൽ എന്നിവയുടെ മുഴുവൻ പ്രക്രിയയും അതിന്റെ പൂർണ്ണതയിലെത്തിച്ചു. ജനങ്ങൾ വിവിധ തരം വസ്ത്രങ്ങൾക്കായി പരുത്തി തുണി ഉപയോഗിച്ചിരുന്നു. ഇന്ത്യയിൽ നിർമ്മിച്ച പരുത്തി തുണി മറ്റ് രാജ്യങ്ങളിലേക്കും കയറ്റുമതി ചെയ്തിരുന്നു. പരുത്തി വളർത്തുന്നതിനും സംസ്കരിക്കുന്നതിനുമുള്ള മുഴുവൻ പ്രക്രിയയും വികസിപ്പിക്കുകയും

പൂർണ്ണതയിലെത്തിക്കുകയും ചെയ്യുന്നത് എത്ര ബുദ്ധിമുട്ടുള്ളതായിരിക്കും എന്ന് സങ്കൽപ്പിക്കുക.

സ്ഥിരമായ ചായങ്ങളുടെ കല

സ്ഥിരമായ ചായങ്ങൾ കണ്ടുപിടിച്ച ആദ്യത്തെ ജനതയും ഹരപ്പൻമാരായിരുന്നു. അവർ ബ്രഷുകളും ചായങ്ങളും ഉപയോഗിച്ച് തുണിയിൽ രൂപങ്ങൾ വരച്ചിരുന്നു, ഈ സാങ്കേതികവിദ്യ പിന്നീട് ബ്ലോക്ക് പ്രിന്റിംഗായി വികസിച്ചു. സ്ഥിരമായ ചായങ്ങൾ സൃഷ്ടിക്കുന്നതിനുള്ള സാങ്കേതികവിദ്യ സങ്കീർണ്ണമായിരുന്നു, പതിനേഴാം നൂറ്റാണ്ടിൽ യൂറോപ്യൻമാർ ഇന്ത്യയിലെത്തി പ്രാദേശിക കരകൗശല വിദഗ്ധരിൽ നിന്ന് അത് പഠിക്കുന്നതുവരെ ഇന്ത്യക്കാർ ഇത് രഹസ്യമാക്കി സംരക്ഷിച്ചിരുന്നു.

ആദ്യകാല ചായങ്ങൾ സസ്യങ്ങളിൽ നിന്നും ധാതു കല്ലുകളിൽ നിന്നും വികസിപ്പിച്ചെടുത്തവയായിരുന്നു. എന്നാൽ, ഈ നിറങ്ങൾ താൽക്കാലികമായിരുന്നു, കഴുകുമ്പോൾ മങ്ങിപ്പോകുമായിരുന്നു. ഇന്ന് മോർഡന്റുകൾ എന്നറിയപ്പെടുന്ന ഫിക്സിംഗ് ഏജന്റുകൾ ഉപയോഗിച്ച് ഈ ചായങ്ങളെ സ്ഥിരമാക്കുന്നതിനുള്ള ഒരു മാർഗം പുരാതന ഇന്ത്യക്കാർ കണ്ടെത്തി. ചായം മുക്കുന്നതിന് മുമ്പ് ഈ മോർഡന്റുകൾ തുണിയിൽ പ്രയോഗിച്ചിരുന്നു, അത് പിന്നീട് ചായങ്ങളുമായി പ്രവർത്തിച്ച് അവയെ തുണിയിൽ ഉറപ്പിച്ചു.

അലങ്കാരത്തിനപ്പുറം ബട്ടണുകൾ

പുരാതന ഇന്ത്യക്കാർ പരുത്തിയും ചായങ്ങളും ഉപയോഗിക്കുന്നതിൽ അഗ്രഗണ്യരായിത്തീർന്നപ്പോൾ, അവർ ആധുനിക വസ്ത്രത്തിന്റെ അവശ്യ ഘടകമായ ബട്ടണുകളുടെ ആദ്യകാല പതിപ്പും കണ്ടുപിടിച്ചു. ആദ്യകാല ബട്ടണുകൾ മിക്കവാറും അലങ്കാരപരമായിരുന്നെങ്കിലും, ഇന്നത്തെപ്പോലെ തുണിയുടെ രണ്ട് അറ്റങ്ങളെ ബന്ധിപ്പിക്കുന്നതിനായി പിന്നീട് വികസിപ്പിച്ചെടുത്തു. ഈ പുരാതന ബട്ടണുകൾ ടെറാകോട്ടയും കടൽച്ചിപ്പികളും കൊണ്ട് നിർമ്മിച്ചിരുന്നു. രണ്ട് ദ്വാരങ്ങളുള്ള അത്തരം ബട്ടണുകളുടെ ഒരു ശേഖരം ഡൽഹിയിലെ നാഷണൽ മ്യൂസിയത്തിൽ പ്രദർശിപ്പിച്ചിട്ടുണ്ട്.

ഡോക്ക്യാർഡുകളും സമുദ്രമാർഗ്ഗ പുരോഗതികളും

നേരത്തെ സൂചിപ്പിച്ചതുപോലെ, സിന്ധു സരസ്വതി ജനങ്ങൾ കടൽമാർഗ്ഗം വിദൂര സ്ഥലങ്ങളിലെ ആളുകളുമായി വ്യാപാരം നടത്തിയിരുന്നു.

ബോട്ടുകൾ കെട്ടിയിടുന്നതിനായി കൃത്രിമ ഡോക്ക്യാർഡുകൾ നിർമ്മിച്ച ആദ്യകാല ജനങ്ങളിൽ ഒരു കൂട്ടരായിരുന്നു അവർ. അത്തരമൊരു മനുഷ്യനിർമ്മിത ഡോക്ക്യാർഡ് ഗുജറാത്തിലെ ലോഥലിൽ നിന്ന് കണ്ടെടുത്തിട്ടുണ്ട്.

വെള്ളപ്പൊക്ക സമയത്തും വെള്ളം താഴുന്ന സമയത്തും ജലപ്രവാഹം നിയന്ത്രിക്കുന്നതിന് സങ്കീർണ്ണമായ ലോക്ക് സംവിധാനം ഉപയോഗിച്ചാണ് ഡോക്ക് നിർമ്മിച്ചിരുന്നത്. ഇത്തരം സങ്കീർണ്ണമായ സംവിധാനം നിർമ്മിക്കുന്നതിന്, പുരാതന ഇന്ത്യക്കാർ ഗണിതം, എഞ്ചിനീയറിംഗ്, ജ്യാമിതി, കാലാവസ്ഥാ പഠനം എന്നിവയിൽ വിദഗ്ധരായിരുന്നിരിക്കണം. 5000 വർഷങ്ങൾക്ക് മുമ്പ് അവർ ഈ സങ്കീർണ്ണ ആശയങ്ങളെല്ലാം എങ്ങനെ പഠിച്ചിരുന്നു എന്ന് നിങ്ങൾക്ക് ഊഹിക്കാൻ കഴിയുമോ?

ഏകീകരിച്ച തൂക്കങ്ങളും അളവുകളും

ഹരപ്പൻമാർ വിവിധ നഗരങ്ങളിലുടനീളം ഏകീകൃതമായ തൂക്കങ്ങളുടെയും അളവുകളുടെയും സംവിധാനവും വികസിപ്പിച്ചു. ഇന്ന് നാം പച്ചക്കറികളോ ധാന്യങ്ങളോ വാങ്ങുമ്പോൾ ചെയ്യുന്നതുപോലെ സാധനങ്ങൾ അളക്കാൻ ഈ തൂക്കങ്ങൾ ഉപയോഗിച്ചിരുന്നു. 10,00,000 ചതുരശ്ര കിലോമീറ്റർ വിസ്തൃതിയിൽ ജീവിച്ചിരുന്ന ആളുകൾ ഏകീകൃത തൂക്ക സംവിധാനം ഉപയോഗിച്ചിരുന്നു എന്ന് ചിന്തിക്കുന്നത് അതിശയകരമാണ്. വിശാലമായ ഭൂപ്രദേശത്തുടനീളമുള്ള ഈ ഏകീകരണം മുഴുവൻ ഒരൊറ്റ സാംസ്കാരിക മണ്ഡലത്തിന്റെ ഭാഗമായിരുന്നു എന്നും നമ്മുക്ക് മനസിലാക്കാം.

ആദ്യകാല സ്റ്റേഡിയങ്ങളും പൊതു സമ്മേളനങ്ങളും

പുരാതന ഇന്ത്യക്കാർ വ്യാപാരത്തിനും നിത്യജീവിതത്തിനുമുള്ള ഉപകരണങ്ങൾ കണ്ടെത്തുകയും കണ്ടുപിടിക്കുകയും മാത്രമല്ല, അതിനുപരി കായികരംഗത്തും തല്പരരായിരുന്നു. നേരത്തെ ചർച്ച ചെയ്ത നിരവധി ബോർഡ് ഗെയിമുകളും കുട്ടികൾക്കുള്ള കളിപ്പാട്ടങ്ങളും കൂടാതെ, സിന്ധു സരസ്വതിയിലെ ജനങ്ങൾ ഔട്ട്ഡോർ കായിക വിനോദങ്ങളിലും ഏർപ്പെട്ടിരുന്നു. അവർ ഔട്ട്ഡോർ കായിക വിനോദങ്ങൾ എല്ലാവർക്കും ആസ്വദിക്കാനുള്ള സജ്ജീകരണങ്ങൾ ഉറപ്പാക്കുകയും ചെയ്തു. ഇത് സാധ്യമാക്കുന്നതിന്, അവർ പൊതു പ്രകടനങ്ങൾക്കും കായിക വിനോദങ്ങൾക്കുമായി സ്റ്റേഡിയങ്ങൾ നിർമ്മിച്ചു. ഈ പുരാതന സ്റ്റേഡിയങ്ങളിൽ കാണികൾക്ക് ഇരുന്ന് ആസ്വദിക്കുന്നതിനായി പല തട്ടുകളിലായി നിർമ്മിച്ച ഗാലറികൾ

ഉണ്ടായിരുന്നു. അത്തരം രണ്ട് സ്റ്റേഡിയങ്ങൾ ഗുജറാത്തിലെ ധോളവീരയിലും അടുത്തിടെ രാഖിഗഢിയിലും കണ്ടെത്തിയിട്ടുണ്ട്.

ആധുനിക വൃത്താകൃതിയിലുള്ള സ്റ്റേഡിയങ്ങളിൽ നിന്ന് വ്യത്യസ്തമായി, പഴയ സ്റ്റേഡിയങ്ങൾ ചതുരാകൃതിയിലായിരുന്നു. പ്രേക്ഷകർ സ്റ്റേഡിയത്തിന്റെ ഒരു വശത്ത് ഇരുന്നു മത്സരങ്ങൾ കാണും.

ഇത് പോലെയുള്ള വലിയ പൊതു സൗകര്യങ്ങൾ പുരാതന ഭാരതീയർക്ക് ജനകീയ പരിപാടികളിലും വിനോദങ്ങളിലും എത്രമേൽ ഇഷ്ടമുണ്ടായിരുന്നുവെന്ന് കാണിക്കുന്നു. നഗരം ഭരിക്കുന്നവർ ആളുകളുടെ വിനോദത്തിനു വേണ്ടി ഇതുപോലുള്ള സൗകര്യങ്ങൾ പണിതിരുന്നു.

ഈ സ്റ്റേഡിയങ്ങൾ നിർമ്മിക്കാൻ പണം എവിടെ നിന്നായിരിക്കും അവർ കണ്ടെത്തിയത്? അതുപോലെ ഇത് പണിയാൻ ആവശ്യമായ ആളുകളെ അവർ എങ്ങനെ കണ്ടെത്തി?

ഈ സ്റ്റേഡിയങ്ങളുടെ കണ്ടുപിടിത്തം ആ കാലത്തെ നഗരങ്ങളിലെ പൊതു ജീവിതത്തെ കുറിച്ച് വിലപ്പെട്ട വിവരങ്ങൾ നമ്മുക്ക നൽകുന്നു.

ധോളാവീരയിലെ ജലനിർവഹണം

സിന്ധു-സരസ്വതി സംസ്കാരത്തിന്റെ നഗരങ്ങൾ വലിയ പ്രദേശങ്ങളിൽ വ്യാപിച്ചിരിന്നു. ചില നഗരങ്ങൾ സിന്ധു, സരസ്വതി തുടങ്ങിയ നദികൾക്കരികിലായിരുന്നപ്പോൾ, ചിലത് കടലിനടുത്തായിരുന്നു. ധോളാവീര കടലിനടുത്ത് ഉണ്ടായിരുന്ന ഒരു നഗരമാണ്.

കടലിനടുത്ത് താമസിക്കുന്നത് വഴി, ധോളാവീരയിലെ ജനങ്ങൾ ഒരു സ്ഥിരം നദിയുടെ കരയിൽ നിന്നാണ് വിട്ടുനിന്നത്. കൂടാതെ, ആ പ്രദേശം പാറ നിറഞ്ഞതായിരുന്നതുകൊണ്ട് കിണറുകൾ കുഴിക്കുന്നതിൽ ചെയ്യുന്നതിൽ ബുദ്ധിമുട്ടായിരുന്നു.

ഇത് മറികടക്കാനായി, ധോളാവീരയിലെ ആളുകൾ ആരെയും അതിശയിപ്പിക്കുന്നരീതിയിലുള്ള ഒരു ജലസംരക്ഷണ സംവിധാനം രൂപപ്പെടുത്തി. മഴയും വെള്ളപ്പൊക്കവും മൂലം ലഭിക്കുന്ന വെള്ളം ശേഖരിച്ചുവച്ചു ജലക്ഷാമമുള്ള സമയങ്ങളിൽ ഉപയോഗിക്കാനും വേണ്ടി അവർ വലിയ റിസർവോയറുകൾ പണിതു. ഇതു അവരെ ജലസ്രോതസ്സുകൾ കൈകാര്യം ചെയ്യുന്നതിൽ അഗ്രഗണ്യരാക്കി

നഗരത്തിന്റെ ചുറ്റിലും വിവിധ ആഴത്തിലും ചെരിവുള്ളതുമായ റിസർവോയറുകൾ ഉണ്ടായിരുന്നു. മഴക്കാലത്ത് വെള്ളപ്പൊക്കത്തിന്റെ സമയത്തു ജലം ഒഴുകി ആദ്യ റിസർവോയറിൽ

എത്തും. ചെളിയോട് കൂടിയ വെള്ളം അവിടെ തടഞ്ഞുനിർത്തും. പിന്നീട് വെള്ളം നിറഞ്ഞ് കവിയുമ്പോൾ, അത് അടുത്ത റിസർവോയറിലേക്ക് ഒഴുകും. ഇങ്ങനെ ഘട്ടംഘട്ടമായി പല റിസർവോയറുകൾ നഗരം ചുറ്റിയുണ്ടായിരിന്നു.

ഓരോ റിസർവോയറിലും താഴത്തെ നിലകളിലേക്ക് വരെ എത്താനുള്ള കോണിപ്പടികൾ ഉണ്ടായിരുന്നു. വെള്ളത്തിന്റെ അളവ് കുറയുംതോറും ജനങ്ങൾ ഈ കോണിപ്പടികൾ വഴി റിസർവോയറുടെ അടിത്തട്ടിൽ പോയി ജലം ശേഖരിച്ചിരുന്നു

ഇവയെല്ലാം ഇത്ര കൃത്യതയോടുകൂടി പണിയാൻ നഗര ഭരണസംഘം സിവിൽ എൻജിനീയർമാരെയും ജലസംരക്ഷണ വിദഗ്ധരെയും നിയമിച്ചിരുന്നിരിക്കണം. ഇവർക്ക് കെട്ടിട നിർമാണത്തിലും ജലനിയന്ത്രണത്തിലും അസാമാന്യ കഴിവുണ്ടായിരിക്കണം.

പുരാതനകാല ഷാംപൂവും ദന്ത പരിചരണവും

പുരാതന ഇന്ത്യക്കാർ അവരുടെ അത്ഭുതകരമായ കണ്ടുപിടിത്തങ്ങൾക്കിടയിലും തങ്ങളുടെ വ്യക്തിഗത ശുചിത്വം അവഗണിച്ചിരുന്നില്ല. ഹരിയാനയിൽ ഖനനം നടത്തുന്നതിനിടെ, പുരാവസ്തു ഗവേഷകർ ഒരു അത്ഭുതകരമായ കാര്യം കണ്ടെത്തി. ബനവാലിയിലെ ഒരു ചെറിയ സെറ്റിൽമെന്റിൽ, അവർ ഒരു കുടം കണ്ടെടുത്തു. ഖനനങ്ങളിൽ കുടങ്ങൾ കണ്ടെത്തുന്നത് അസാധാരണമല്ല, എന്നാൽ അവരെ ആകർഷിച്ചത് അതിന്റെ ഉള്ളടക്കമായിരുന്നു. കുടത്തിൽ സോപ്പ്-നട്ട്, ആമല, ശിക്കാക്കായ് എന്നിവയുടെ മിശ്രിതം അടങ്ങിയിരുന്നു; ഇതേ മിശ്രിതം ഈ ആധുനിക കാലത്തും നമ്മൾ പ്രകൃതിദത്ത ഷാംപൂ മിശ്രിതമായി ഉപയോഗിക്കുന്നു.

പുരാതന ഇന്ത്യക്കാർ ഏകദേശം 5,000 വർഷങ്ങൾക്ക് മുന്നേ ഷാംപൂ ഉപയോഗിച്ചിരുന്നു! അത് മാത്രമല്ല, പുരാതന ഹരിയാനയിലെ ജനങ്ങൾ സോപ്പ്-നട്ട് ഉപയോഗിച്ചിരുന്നു, അത് ദക്ഷിണേന്ത്യയിലെ കൊങ്കണിലും കർണാടകയിലും ആണ് വളരുന്നത്. ഹരിയാനയിൽ കർണാടകയിൽ നിന്നുള്ള ഉൽപ്പന്നങ്ങളുടെ സാന്നിധ്യം നമ്മോട് പറയുന്നത്, ഇന്ത്യയുടെ ഒരു ഭാഗത്ത് നിന്ന് മറ്റൊരു ഭാഗത്തേക്ക് ചരക്കുകളുടെ ചലനത്തെ സഹായിക്കാൻ ബൃഹത്തായ വ്യാപാര ശൃംഖലകൾ ഉണ്ടായിരുന്നു എന്നാണ്.

വ്യക്തിഗത ശുചിത്വത്തെക്കുറിച്ച് ചർച്ച ചെയ്യുമ്പോൾ, ദന്ത ശുചിത്വത്തെക്കുറിച്ച് പരാമർശിക്കുന്നത് സ്വാഭാവികം മാത്രമാണ്. ദന്ത പരിചരണത്തിന്റെ തെളിവുകൾ സിന്ധു സരസ്വതി

കാലഘട്ടത്തിന് മുമ്പുള്ളതാണ്. പുരാവസ്തു ഗവേഷകർ മെഹർഗഡിൽ നിന്ന് 6000-7000 ബിസിഇ കാലഘട്ടത്തിലെ അസ്ഥികൂടാവശിഷ്ടങ്ങൾ കണ്ടെത്തുകയുണ്ടായി. ഈ അസ്ഥികൂടങ്ങളിൽ ചിലതിന്റെ പല്ലുകളിൽ ദ്വാരങ്ങൾ ഡ്രിൽചെയ്യാതായി കാണപ്പെട്ടു,[8] ആധുനിക റൂട്ട് കനാൽ ചികിത്സരീതിക്ക് സമാനമായാതായിരുന്നു അത്. ഈ ദ്വാരങ്ങൾ കൈകൊണ്ട് പ്രവർത്തിപ്പിക്കുന്ന നേർത്ത ഡ്രിൽ ബിറ്റുകൾ ഉപയോഗിച്ച് തുളച്ചതാണെന്ന് പുരാവസ്തു ഗവേഷകർ വിശ്വസിക്കുന്നു. പുരാതന ഇന്ത്യയിലെ റൂട്ട് കനാൽ ചികിത്സയുടെ തെളിവുകൾ നമ്മോട് പറയുന്നത് പല്ലുവേദനയും അതിനെ സുഖപ്പെടുത്താനുള്ള രീതികളും ദീർഘകാലമായി അവർ നടത്തിയിരുന്നു എന്നാണ്. കൗതുകകരമായ ഒരു കാര്യം എന്തെന്നാൽ, പുരാതന ഇന്ത്യക്കാർ വികസിപ്പിച്ചെടുത്ത സാങ്കേതികവിദ്യ ഇരുപത്തിയൊന്നാം നൂറ്റാണ്ടിലും ഉപയോഗത്തിലുണ്ട് എന്നതാണ്, ഇപ്പോൾ അത് ചെയ്യുന്നത് മെച്ചപ്പെട്ട ഉപകരണങ്ങളും, പ്രാദേശിക അനസ്തേഷ്യയും ഉപയോഗിച്ച് കൊണ്ടാണ് എന്ന് മാത്രം.

ഗ്രിഡ് ആസൂത്രണവും നഗര ശുചീകരണവും

ഇനി നമ്മുക്ക് നമ്മുടെ പൂർവികരുടെ കൂടുതൽ പരിചിതമായ ഒരു കണ്ടുപിടിത്തത്തിലേക്ക് ശ്രദ്ധ തിരിക്കാം, അത് സിന്ധു സരസ്വതി സംസ്കാരത്തിലെ ജനങ്ങളുടെ നഗരാസൂത്രണം ആണ്. ഗ്രിഡ് ലേഔട്ടുകളോടുകൂടിയുള്ള നഗരങ്ങൾ രൂപകൽപ്പന ചെയ്ത ലോകത്തിലെ ആദ്യത്തെ ജനതയായിരുന്നു അവർ. ഈ ഗ്രിഡ് പോലുള്ള നഗരങ്ങൾക്ക് കാര്യക്ഷമമായ മലിനജല നിർമ്മാർജ്ജന സംവിധാനങ്ങളും ഉണ്ടായിരുന്നു. പൈപ്പുകളുടെയും ഭൂഗർഭ ഡ്രെയിനുകളുടെയും സങ്കീർണ്ണമായ ഒരു സംവിധാനം ഓരോ വീട്ടിൽ നിന്നും മലിനജലം ശേഖരിച്ച് സോക്ക് പിറ്റുകളിലേക്ക് കൊണ്ടുപോയിരുന്നു. മലിനജല നിർമ്മാർജ്ജനത്തിന്റെ വിശദമായ സംവിധാനം ഉയർന്ന തോതിലുള്ള ശുചിത്വം ഉറപ്പാക്കുകയും കോളറ പോലുള്ള മലിനജല രോഗങ്ങളെ തടയുകയും ചെയ്തിരിഞ്ഞിരിക്കാം.

ഗ്രേറ്റ് ബാത്തും വാട്ടർപ്രൂഫിംഗ് സാങ്കേതികവിദ്യകളും

പുരാതന ജനങ്ങൾ കമ്മ്യൂണിറ്റി പൂളുകൾ പോലുള്ള മറ്റ് പൊതു ഉപയോഗ സൗകര്യങ്ങളും നിർമ്മിച്ചിരുന്നു. ഇവ മതപരമായ ചടങ്ങുകൾക്കും കുളിക്കുന്നതിനും വേണ്ടി ഉപയോഗിച്ചിരുന്നിരിക്കാം. മൊഹെൻജൊദാരോയിൽ ഖനനം ചെയ്തെടുത്ത അത്തരമൊരു

പൂളിന് പുരാവസ്തു ഗവേഷകർ ഗ്രേറ്റ് ബാത്ത് എന്ന് പേരിട്ടിരിക്കുന്നു. ഇത് നാൽപ്പത് അടി നീളവും ഇരുപത്തിമൂന്ന് അടി വീതിയും ഏകദേശം എട്ട് അടി ആഴവുമുള്ളതാണ്. ഒരു പൂൾ നിർമ്മിക്കുന്നത് തന്നെ അസാധാരണമല്ലെങ്കിലും, അതിന്റെ പിന്നിലെ എഞ്ചിനീയറിംഗ് ശ്രദ്ധേയമാണ്. പൂൾ വളരെ അടുത്തടുത്ത് അടുക്കിയ ചുട്ട ഇഷ്ടികകൾ ഉപയോഗിച്ച് നിർമ്മിക്കുകയും ബിറ്റുമെൻ പാളി ഉപയോഗിച്ച് വാട്ടർപ്രൂഫ് ചെയ്യുകയും ചെയ്തിരുന്നു. അമേരിക്കൻ പുരാവസ്തു ഗവേഷകനായ ജോനാഥൻമാർക്ക് കെനോയറുടെ അഭിപ്രായത്തിൽ, പ്രകൃതിദത്ത ബിറ്റുമെന്റെ ഉപയോഗം തെളിയിക്കുന്നത് ബിറ്റുമെൻ എങ്ങനെ പ്രോസസ്സ് ചെയ്യാമെന്ന് പ്രാചീന ഇന്ത്യക്കാർ കണ്ടെത്തിയിരുന്നു, അത് ഒരു ഹൈഡ്രോകാർബൺ ആണ്, ഒരു ഫോസിൽ ഉൽപ്പന്നം.

വെങ്കല (ബ്രോൺസ്) വിപ്ലവം

എന്നിരുന്നാലും, ആ കാലഘട്ടത്തിലെ ഏറ്റവും പ്രധാനപ്പെട്ട കണ്ടെത്തൽ ചെമ്പ് ഉരുക്കിയെടുക്കുന്നതും വെങ്കല നിർമ്മാണവുമായിരുന്നു. വെങ്കലം ചെമ്പും വെളുത്തീയവും അല്ലെങ്കിൽ ആർസെനിക്കും ചേർന്നുള്ള ഒരു ലോഹസങ്കരമാണ്. വെങ്കലത്തിന് തിളക്കമാർന്ന മഞ്ഞ നിറവും ചെമ്പിനേക്കാൾ കൂടുതൽ ശക്തിയുമുണ്ട്. വെങ്കലത്തിന്റെ കണ്ടുപിടിത്തം ചെമ്പ് ഉപകരണങ്ങൾക്ക് ചെയ്യാൻ കഴിയാത്ത കാര്യങ്ങൾ ചെയ്യാൻ പ്രാചീന ഇന്ത്യക്കാരെ സഹായിച്ചു. അവർക്ക് അതുവഴി യുദ്ധത്തിനും വേട്ടയാടലിനും കൃഷിക്കും കൂടുതൽ ശക്തമായ ആയുധങ്ങൾ ഉണ്ടാക്കാൻ കഴിഞ്ഞു.

സിന്ധു സരസ്വതിയുടെ ലോകം

പുരാതന സിന്ധു സരസ്വതി ജനങ്ങൾ നടത്തിയ കണ്ടുപിടിത്തങ്ങളെക്കുറിച്ച് നമ്മൾ ഇതിനകം തന്നെ ധാരാളം കാര്യങ്ങൾ പഠിച്ചിട്ടുണ്ട്. എന്നിരുന്നാലും, അവരുടെ നിത്യജീവിതത്തെക്കുറിച്ച് നമ്മൾ ഇനിയും ചർച്ച ചെയ്തിട്ടില്ല. അവരുടെ അത്ഭുതകരമായ ജീവിതത്തിലേക്ക് നമ്മുക്ക് ഒന്ന് എത്തി നോക്കാൻ സമയമായിരിക്കുന്നു.

ക്രമങ്ങളുടെ നഗരം

സിന്ധു സരസ്വതി സംസ്കാരത്തിന്റെ ഭാഗമായ നഗരങ്ങൾ ഖനനം ചെയ്യുമ്പോൾ ലേഔട്ടിൽ സമാനമായ പാറ്റേണുകൾ പുരാവസ്തു ഗവേഷകർ നിരീക്ഷിച്ചു. ഓരോ നഗരത്തിനും ചതുരാകൃതിയിലുള്ള ലേഔട്ട് ഉണ്ടായിരുന്നു, ചുറ്റും കോട്ടമതിലുകളും. ഇത് ജനങ്ങളെ ബാഹ്യ ആക്രമണങ്ങളിൽ നിന്നും മൃഗങ്ങളുടെ ആക്രമണങ്ങളിൽ നിന്നും സംരക്ഷിക്കാൻ വേണ്ടിയായിരുന്നു. പക്ഷെ ചില ഖനന സ്ഥലങ്ങളിൽ നഗര സവിശേഷതകൾ ഇല്ലായിരുന്നു, അവയെ പുരാവസ്തു ഗവേഷകർ അർദ്ധ-നഗരങ്ങൾ അല്ലെങ്കിൽ ഗ്രാമങ്ങൾ എന്ന് തരംതിരിച്ചു. ഇന്ന് ഇന്ത്യയിൽ വലിയ നഗരങ്ങളും ചെറിയ ഗ്രാമങ്ങളും ഉള്ളതുപോലെ തന്നെ സിന്ധു സരസ്വതി സമൂഹം നഗര, ഗ്രാമീണ താമസ സ്ഥലങ്ങളായി വിഭജിക്കപ്പെട്ടിരുന്നു എന്ന് ഇത് കാണിക്കുന്നു.

നഗരങ്ങൾ ലംബകോണത്തിൽ കൂടിച്ചേരുന്ന റോഡുകളോടെയാണ് രൂപകൽപ്പന ചെയ്തിരുന്നത്, നഗരത്തെ ഗ്രിഡ് പോലുള്ള പാറ്റേണിൽ വിഭജിച്ചിരുന്നു. പുരാവസ്തു ഗവേഷകർ ഓരോ നഗരത്തെയും രണ്ട് വ്യത്യസ്ത പ്രദേശങ്ങളായി വിഭജിച്ചിട്ടുണ്ട്: അക്രോപൊലിസും താഴ്ന്ന നഗരവും. ഉയർന്ന പ്രദേശത്ത് നിർമ്മിച്ച കോട്ടയുള്ള നഗരത്തിനുള്ള ഗ്രീക്ക് വാക്കാണ് 'അക്രോപൊലിസ്' എന്നത്.

എല്ലാ നഗരങ്ങൾക്കും വിശദമായ ഭൂഗർഭ ഡ്രെയിനേജ് സംവിധാനം ഉണ്ടായിരുന്നു. വ്യക്തിഗത വീടുകളിൽ നിന്നുള്ള ഭൂഗർഭ ഡ്രെയിനുകൾ തെരുവുകളിലേക്ക് ഒഴുകി, മലിനജലം കുഴിയിലേക്ക് കൊണ്ടുപോയി ശേഖരിച്ചിരുന്നു. ഡ്രെയിനേജ് സിസ്റ്റത്തിൽ പരിശോധനയ്ക്കും വൃത്തിയാക്കുന്നതിനുമായി ക്രമമായ ഇടവേളകളിൽ ദ്വാരങ്ങളും ഉണ്ടായിരുന്നു, നമ്മുടെ ആധുനിക മലിനജല സംവിധാനം പോലെ.

ബുദ്ധിപൂർവ്വം രൂപകൽപ്പന ചെയ്ത വീടുകൾ

വീടുകൾ ഉണക്കിയ ഇഷ്ടികകൾ കൊണ്ടാണ് നിർമ്മിച്ചിരുന്നത്. ചുട്ടതല്ല, സ്റ്റാൻഡേർഡ് വലുപ്പത്തിലുള്ള ഉണക്കിയ ഇഷ്ടികകൾ. സിന്ധു സരസ്വതി മേഖലയിൽ ഉത്പാദിപ്പിച്ച എല്ലാ ഇഷ്ടികകളും ഒരേ വലുപ്പത്തിലുള്ളവയായിരുന്നു. മിക്ക വീടുകളിലും മധ്യഭാഗത്തു ഒരു തുറന്ന മുറ്റവും അതിന് ചുറ്റും മുറികളും ഉണ്ടായിരുന്നു. ഈ ലേഔട്ട് എല്ലാ മുറികൾക്കും ധാരാളം സൂര്യപ്രകാശവും വായുസഞ്ചാരവും ഉറപ്പാക്കിയിരുന്നു. വീടുകളിൽ താഴത്തെ നിലയിൽ അടുക്കളയ്ക്കായിട്ട് പ്രത്യേക സ്ഥലവും ഉണ്ടായിരുന്നു.

പല വീടുകളും രണ്ട് നിലയുള്ളവയായിരുന്നു, മുകളിലത്തെ നിലയിലേക്ക് കയറാനുള്ള കോണിപ്പടികളും ഉണ്ടായിരുന്നു. മുകളിലത്തെ നിലകളിൽ മുറികളും ടെറസും ഉണ്ടായിരുന്നു. ഭിത്തികളിലൂടെ കുറുകെ സ്ഥാപിച്ച വലിയ മരത്തടികൾ ഉപയോഗിച്ച് മേൽക്കൂര താങ്ങിനിർത്തിയിരുന്നു. മേൽക്കൂരകൾക്കായി മരത്തടികൾ ഉപയോഗിക്കുന്നത് ഒരു സാധാരണ സാങ്കേതികവിദ്യയായിരുന്നു, വായുസഞ്ചാരത്തിനും സൂര്യപ്രകാശത്തിനുമായി ചെറിയ ജനാലകൾ ഉപയോഗിച്ചിരുന്നു. മേൽക്കൂരകൾക്കായി ആർമർ കോൺക്രീറ്റ് സർവ്വ സാധാരണമായിത്തീരുന്നതുവരെ ഈ സാങ്കേതികവിദ്യ ഉപയോഗത്തിലുണ്ടായിരുന്നു. എന്നിരുന്നാലും, മരത്തടികൾ ഉപയോഗിച്ച് നിർമ്മിച്ച വീടുകൾ നഗരങ്ങളുടെയും ഗ്രാമങ്ങളുടെയും പഴയ ഭാഗങ്ങളിൽ ഇന്നും കാണാൻ കഴിയും. ഏകദേശം 4,000 വർഷം പഴക്കമുള്ള ഒരു സാങ്കേതികവിദ്യ ഇരുപതാം നൂറ്റാണ്ടിന്റെ അവസാനം വരെ ഉപയോഗത്തിലുണ്ടായിരുന്നു എന്ന് സങ്കല്പിച്ചുനോക്കൂ.

തഴച്ചുവളരുന്ന നഗരജീവിതം

ഭവനങ്ങൾ കൂടാതെ, കുളിമുറികൾ, കുളങ്ങൾ, സ്റ്റേഡിയങ്ങൾ എന്നിവ പോലുള്ള പൊതു സ്ഥലങ്ങളും വ്യവസായ മേഖലകളും, വിപണികളും, നഗരസഭയും ഈ നഗരങ്ങളിൽ ഉണ്ടായിരുന്നു.

അതിനാൽ, പുരാതന നഗരങ്ങൾ വെറും വാസസ്ഥലങ്ങൾ മാത്രമായിരുന്നില്ല. മറിച്ച് വ്യവസായ മേഖലകൾ ആയിരുന്നു. വൈദ്യുതിയോ ജനറേറ്ററുകളോ ഇല്ലാതെ യന്ത്രങ്ങൾ പ്രവർത്തിപ്പിക്കാൻ കഴിയാത്ത സാഹചര്യത്തിൽ, ഈ വ്യവസായ സ്ഥലങ്ങളിൽ എന്തായിരുന്നു ഉണ്ടായിരുന്നതെന്ന് നിങ്ങൾ ആശ്ചര്യപ്പെട്ടേക്കാം.

വസ്തുക്കൾ നിർമ്മിക്കുന്നതിലെ കല

സിന്ധു സരസ്വതിയിലെ വ്യവസായ മേഖലകൾ യാന്ത്രിക ഊർജ്ജം ഉപയോഗിച്ചാണ് പ്രവർത്തിച്ചിരുന്നത്, അതായത് കൈകൾ കൊണ്ടാണ് വസ്തുക്കൾ നിർമ്മിച്ചിരുന്നത്. മണികൾ നിർമ്മിക്കുന്നതായിരുന്നു സർവ്വ സാധാരണമായ വ്യവസായ പ്രവർത്തനം. മണികൾ സാധാരണയായി ചുവപ്പ്-തവിട്ട് നിറമുള്ള കാർണെലിയൻ കല്ലിൽ നിന്നാണ് നിർമ്മിച്ചിരുന്നത്. കാർണെലിയൻ കല്ല് ചെറിയ കഷണങ്ങളാക്കി—സിലിണ്ടർ അല്ലെങ്കിൽ ഗോളാകൃതിയിൽ—മുറിച്ചെടുത്തിരുന്നു. തുടർന്ന് അത് മിനുക്കി ഒരു ദ്വാരം തുരന്നിരുന്നു. ഓരോ മണിയും പിന്നീട് കൈകൊണ്ട് പെയിന്റ് ചെയ്ത് അവസാനം തീയിൽ കാണിച്ച് ഉത്പന്നങ്ങളാക്കിയിരുന്നു.

മണികൾ നിർമ്മിക്കുന്ന പ്രക്രിയ വളരെ ബുദ്ധിമുട്ടേറിയതായിരുന്നു, എന്നാൽ അവയിൽ ദ്വാരങ്ങൾ തുരക്കുന്നതാണ് ഏറ്റവും സങ്കീർണ്ണമായ ഭാഗം. പുരാതന കരകൗശല വിദഗ്ധർ ഇതിനായി കൈകൊണ്ട് പ്രവർത്തിപ്പിക്കുന്ന സൂക്ഷ്മ ഡ്രില്ലുകൾ ഉപയോഗിച്ചിരുന്നു. ചില മണികൾ 7 സെ.മീ വരെ നീളമുള്ളതായിരുന്നു, വ്യാസം 1 സെ.മീ-ൽ താഴെയും. അതിനാൽ, ഈ ജോലിക്ക് അസാധാരണമായ കഴിവും കൃത്യതയും ആവശ്യമായിരുന്നു. മണികൾ സിന്ധു സരസ്വതി മേഖലയിലെ ജനങ്ങൾക്ക് പ്രാദേശികമായി വിറ്റിരുന്നു, കൂടാതെ മെസപ്പൊട്ടേമിയ, ഗ്രീസ്, ഈജിപ്ത് തുടങ്ങിയ വിദൂര സ്ഥലങ്ങളിലേക്ക് കയറ്റുമതി ചെയ്തിരുന്നു. ഈ വിദൂര പ്രദേശങ്ങളിലെ ജനങ്ങൾക്ക് സിന്ധു സരസ്വതിയിലെ ജനങ്ങളുമായി വ്യാപാര ബന്ധങ്ങൾ ഉണ്ടായിരുന്നുവെന്ന് ഇത് കാണിക്കുന്നു.

മണികൾ നിർമ്മിക്കുന്നതിന് പുറമേ, പുരാതന ഇന്ത്യയിലെ ജനങ്ങൾ നൂൽ നൂൽക്കുന്നതിലും നെയ്ത്തിലും ഏർപ്പെട്ടിരുന്നു. നേരത്തെ നാം വായിച്ചതുപോലെ, പുരാതന ഇന്ത്യക്കാർ ആദ്യമായി പരുത്തി നൂൽ നൂൽക്കാനും നെയ്യാനും ഉപയോഗിച്ചു, അവരുടെ സ്ഥിരമായ ചായങ്ങൾ ഇന്ത്യൻ തുണിത്തരങ്ങളെ വിദൂര സ്ഥലങ്ങളിൽ പോലും ഏറെ ആവശ്യമുള്ള ഒരു ഉൽപ്പന്നമാക്കി മാറ്റി. സിന്ധു സരസ്വതി സംസ്കാരത്തിന്റെ ഭാഗമായ വിവിധ നഗരങ്ങളിൽ നൂൽക്കാർ, നെയ്ത്തുകാർ, ചായം മുക്കുന്നവർ എന്നിവരുടെ ഒരു

വ്യവസായം തന്നെ വളർന്നു. സ്വർണ്ണാഭരണങ്ങളും പുരാതന ഇന്ത്യയിൽ നിന്ന് കയറ്റുമതി ചെയ്തിരുന്നു. ഈ നിർമ്മാണ, സംസ്കരണ യൂണിറ്റുകളോടും കൂടി, ഈ പുരാതന ഇന്ത്യൻ നഗരങ്ങളിൽ കരകൗശല വിദഗ്ധർ വസ്തുക്കൾ നിർമ്മിക്കുകയും, വ്യാപാരികൾ അവ വാങ്ങി മറ്റ് ഇന്ത്യൻ നഗരങ്ങളിൽ വിൽക്കുകയും, കപ്പലുകളിൽ വിദൂര സ്ഥലങ്ങളിലേക്ക് യാത്ര ചെയ്ത് അവ കയറ്റുമതി ചെയ്യുകയും ചെയ്തിരുന്ന സമൃദ്ധമായ വ്യവസായ മേഖലകൾ ഉണ്ടായിരുന്നു.

കർഷകരും അവരുടെ വിളകളും

വ്യാപാരവും നിർമ്മാണവും കൂടാതെ, സിന്ധു സരസ്വതി ജനങ്ങൾ കൃഷിയിലും വിദഗ്ധരായിരുന്നു.

അവർ പയർ, കടല, ചെറുപയർ, ഉഴുന്ന് തുടങ്ങിയ പയറുവർഗ്ഗങ്ങൾ കൃഷി ചെയ്തിരുന്നു. ഗോതമ്പ്, അരി, ബാർലി എന്നിവയും കൃഷി ചെയ്തിരുന്നു. അവർ കടുക് ഇല, മല്ലി, വെണ്ടയ്ക്ക, വെളുത്തുള്ളി, കരിമ്പ് തുടങ്ങിയ പച്ചക്കറികൾ കഴിച്ചിരുന്നു. മുന്തിരി, മാങ്ങ, അത്തിപ്പഴം, ഈന്തപ്പഴം, അക്രോട്ട്, ജുജുബെ എന്നിവ അവരുടെ പഴവർഗ്ഗങ്ങളിൽ ഉൾപ്പെട്ടിരുന്നു.

അടുക്കളയിൽ നിന്ന് മേശയിലേക്ക്

പാചക എണ്ണയുടെ പ്രധാന സ്രോതസ്സ് എള്ള് എണ്ണയും ചെറുപയർ എണ്ണയും ആയിരുന്നു. സിന്ധു സരസ്വതി ജനങ്ങൾ പശു തുടങ്ങിയ കന്നുകാലികളെ വളർത്തിയിരുന്നു, അതിനാൽ അവർ പാൽ, തൈര്, വെണ്ണ, നെയ്യ് തുടങ്ങിയ ഡെയറി ഉൽപ്പന്നങ്ങളും സംസ്കരിച്ചിരുന്നു. ജനങ്ങൾ വിവിധതരം മാംസവും മത്സ്യവും ഉപയോഗിച്ചിരുന്നു. മത്സ്യം ഉണക്കി ഉപ്പിട്ട് സംരക്ഷിച്ചിരുന്നതിന്റെ തെളിവുകളും ലഭിച്ചിട്ടുണ്ട്.

സിന്ധു സരസ്വതി ജനങ്ങൾ പാചകത്തിനും ഭക്ഷണത്തിനും ചെമ്പും വെങ്കലവും കൊണ്ടുള്ള പാത്രങ്ങൾ നിർമ്മിച്ചിരുന്നു. പ്ലേറ്റുകൾ, ചട്ടികൾ, കുടങ്ങൾ എന്നിവ വിവിധ സ്ഥലങ്ങളിൽ നിന്ന് കണ്ടെടുത്തിട്ടുണ്ട്, ഇത് കാണിക്കുന്നത് പുരാതന ഇന്ത്യക്കാരുടെ പാത്രങ്ങൾ ഇന്നത്തെ നമ്മുടെ അടുക്കളയിലെ പാത്രങ്ങൾക്ക് സമാനമായിരുന്നുവെന്നാണ്. ഉയർന്ന അരികുകളോടുകൂടിയ വിവിധ വലിപ്പത്തിലുള്ള വെങ്കല പ്ലേറ്റുകൾ പുരാതന കാലം മുതൽ ഭക്ഷണം വിളമ്പാൻ ഉപയോഗിച്ചിരുന്നു. ഇന്ന് സ്റ്റെയിൻലെസ് സ്റ്റീൽ വെങ്കലത്തിന് പകരമായെങ്കിലും, സിന്ധു സരസ്വതി കാലം മുതൽ ഡിസൈനിൽ വലിയ മാറ്റമൊന്നും വന്നിട്ടില്ല. പരന്ന അടിഭാഗവും മുകളിൽ ഒരേപോലത്തെ നാല് ദ്വാരങ്ങളുള്ള ഒരു കോണാകൃതിയിലുള്ള

കല്ല് ബ്ലോക്ക് കണ്ടെടുത്തിട്ടുണ്ട്. ഈ കല്ല് ബ്ലോക്ക് നമ്മുടെ അടുക്കളയിലെ നമ്മളിന്ന് കാണുന്ന മസാല ബോക്സിന് സമാനമാണ്. പുരാതന ഇന്ത്യക്കാർ അവശ്യ സുഗന്ധവ്യഞ്ജനങ്ങൾ കല്ലിൽ നിർമ്മിച്ച മസാല പാത്രത്തിൽ സൂക്ഷിച്ചിരുന്നു.

സ്റ്റൈലായിട്ടുള്ള വസ്ത്രധാരണം

ഇനി, അടുക്കളയിൽ നിന്ന് തെരുവിലേക്ക് കടക്കാം. പുരാതന ഇന്ത്യക്കാർ ഫാഷനിൽ സൂക്ഷ്മ അഭിരുചിയുള്ള ആളുകളായിരുന്നു. അവർ സ്ഥിര ഡിസൈനുകൾ ഉള്ള മികച്ച പരുത്തി തുണികൾ ധരിച്ചിരുന്നു. മാത്രമല്ല, എംബ്രോയിഡറിയും സീക്വിനുകളും ഉപയോഗിച്ച് പാറ്റേണുകൾ സൃഷ്ടിക്കുകയും ചെയ്തിരുന്നു. വസ്ത്രങ്ങൾ പലപ്പോഴും സ്വർണ്ണാഭരണങ്ങൾ, കടൽച്ചിപ്പികൾ, കാർണേലിയൻ കല്ലുകൾ, ടെറാകോട്ട എന്നിവയുമായി മാച്ച് ചെയ്യുന്ന രീതിയിലായിരുന്നു. ഇന്നത്തെപ്പോലെ തന്നെ, അവർക്ക് ദൈനംദിനത്തിനും പ്രത്യേക അവസരങ്ങൾക്കുമായി വ്യത്യസ്ത വസ്ത്രങ്ങൾ ഉണ്ടായിരുന്നിരിക്കാം.

ഇപ്പോൾ നമുക്ക് പുരാതന ഇന്ത്യക്കാരുടെ ജീവിതത്തെക്കുറിച്ച് ധാരാളം കാര്യങ്ങൾ അറിയാം - അവർ താമസിച്ചിരുന്ന വീടുകളുടെ ശൈലി, അവർ നിർമ്മിച്ചതും കൃഷി ചെയ്തതുമായ വസ്തുക്കൾ, അവരുടെ വ്യാപാര ബന്ധങ്ങൾ, അവർ കഴിച്ചിരുന്ന ഭക്ഷണം, അവർ ധരിച്ചിരുന്ന വസ്ത്രങ്ങൾ - ഇതെല്ലം ചേർത്തുവെച്ച് ഒരു കഥ ഉണ്ടാക്കി നിങ്ങളുടെ കൂട്ടുകാരെ എന്തുകൊണ്ട് കേൾപ്പിച്ചുകൂടാ? ഈ അധ്യായത്തിൽ സിന്ധു സരസ്വതി നാഗരികതയെക്കുറിച്ച് നിങ്ങൾ പഠിച്ച എല്ലാറ്റിൽ നിന്നും ഏറ്റവും ആകർഷകമായ കാര്യം തിരഞ്ഞെടുത്ത് നിങ്ങളുടെ സുഹൃത്തുക്കളെ ക്ഷണിച്ച് അവരുമായി കഥ പങ്കിടുക.

Fun Activities

- നിങ്ങളുടെ നഗരത്തിന് സമീപമുള്ള രണ്ട് ഗ്രാമങ്ങളുടെയെങ്കിലും പേരുകൾ കണ്ടെത്തുക.
- ഗൂഗിൾ മാപ് ഉപയോഗിച്ച്, ഗ്രീസിന്റെ സ്ഥാനവും നിങ്ങളുടെ നഗരത്തിൽ നിന്നുള്ള ദൂരവും കണ്ടെത്തുക.
- എള്ളിൽ നിന്ന് എണ്ണ പിഴിയുന്ന പ്രക്രിയ വിശദീകരിക്കാൻ നിങ്ങളുടെ മാതാപിതാക്കളോട് ആവശ്യപ്പെടുക.

നഗര നിർമ്മാതാക്കളും നിയമനിർമ്മാതാക്കളും

ഒരു നിമിഷത്തേക്ക് നിങ്ങൾ ഇതുവരെ പഠിച്ചതെല്ലാം ഒന്ന് ആലോചിച്ചു നോക്കൂ. സിന്ധു സരസ്വതി ജനതയുടെ സമൂഹം എത്രമാത്രം വികസിതമായിരുന്നു എന്നത് കണക്കിലെടുക്കുമ്പോൾ, നഗരങ്ങളിൽ എല്ലാം നിയന്ത്രിക്കാൻ ഒരു ഭരണകൂടം ഉണ്ടായിരുന്നിരിക്കാം എന്ന് നിങ്ങൾ കരുതുന്നുണ്ടോ?

നഗരങ്ങൾ പ്രവർത്തിപ്പിച്ചിരുന്നത് ആരാണ്?

ഇന്ന് നമ്മുക്ക് സംസ്ഥാന സർക്കാരുകൾ, കേന്ദ്ര സർക്കാർ എന്നിവ പോലുള്ള മുനിസിപ്പൽ ഭരണ സംവിധാനങ്ങളുണ്ട്, അവ നിയമങ്ങളും ചട്ടങ്ങളും രൂപീകരിക്കുകയും റോഡുകൾ, സ്കൂളുകൾ, ആശുപത്രികൾ തുടങ്ങിയ പൊതു അടിസ്ഥാന സൗകര്യങ്ങൾ നിയന്ത്രിക്കുകയും ചെയ്യുന്നു. ഈ സൗകര്യങ്ങൾക്കായി നികുതികൾ പിരിക്കുന്നു. എന്നാൽ സിന്ധു സരസ്വതി മേഖലയിലെ പുരാതന ഇന്ത്യക്കാർ ഇത്തരം ഉയർന്ന നിലവാരത്തിലുള്ള ആസൂത്രണവും സ്റ്റാൻഡേർഡൈസേഷനും എങ്ങനെ നിലനിർത്തിയിരുന്നു?

ദൗർഭാഗ്യവശാൽ, അവർ നഗരങ്ങൾ എങ്ങനെ നിയന്ത്രിച്ചു എന്ന് മനസ്സിലാക്കാൻ നമുക്ക് രേഖാമൂലമുള്ള തെളിവുകളൊന്നുമില്ല. എന്നിരുന്നാലും, ഇത്തരം ഉയർന്ന നിലവാരങ്ങൾ കൈവരിക്കാൻ അവർക്ക് ഒരു ഭരണ സംവിധാനം ഉണ്ടായിരുന്നിരിക്കണം എന്ന് അനുമാനിക്കുന്നത് ന്യായമാണ്. ഈ സംവിധാനം നഗര നിർമ്മാണം, ജല പരിപാലനം, ശുചിത്വം, അളവുകളുടെയും തൂക്കങ്ങളുടെയും സ്റ്റാൻഡേർഡൈസേഷൻ എന്നിവയ്ക്കായി നിയമങ്ങൾ

രൂപീകരിക്കുകയും ഈ പ്രവർത്തനങ്ങൾക്കായി നികുതികൾ പിരിക്കുകയും ചെയ്തിരുന്നിരിക്കണം.

നിയമങ്ങൾ, റോഡുകൾ, ഉത്തരവാദിത്തങ്ങൾ

ഈ ഭരണ സംവിധാനം, ഒരു തരത്തിൽ പറഞ്ഞാൽ മുനിസിപ്പാലിറ്റി, നിയന്ത്രിച്ചിരുന്നത് നഗരത്തിലെ അംഗങ്ങളുടെ ഒരു ബോർഡ് ആയിരിക്കാം. അവർക്ക് കീഴിൽ, സിവിൽ അടിസ്ഥാന സൗകര്യങ്ങളുടെ ദൈനംദിന പരിപാലനവും നിർമ്മാണവും നിരീക്ഷിക്കുകയും നടപ്പിലാക്കുകയും ചെയ്യുന്നതിന് ഉത്തരവാദിത്തമുള്ള ആളുകൾ ഉണ്ടായിരുന്നിരിക്കും. അവർ ഓടകൾ പതിവായി വൃത്തിയാക്കുന്നുണ്ടെന്നും, കച്ചവടക്കാർ ശരിയായ തൂക്കങ്ങളും അളവുകളും ഉപയോഗിക്കുന്നുണ്ടെന്നും, അംഗീകരിച്ച പ്ലാനുകൾക്ക് അനുസരിച്ച് വീടുകൾ നിർമ്മിക്കുന്നുണ്ടെന്നും ഉറപ്പാക്കുമായിരുന്നു. പുരാതന ഇന്ത്യയിലെ ഈ ഭരണ ബോർഡ് അല്ലെങ്കിൽ മുനിസിപ്പാലിറ്റി, നിവാസികൾ തന്നെ തിരഞ്ഞെടുത്തതോ നാമനിർദ്ദേശം ചെയ്തതോ ആയിരുന്നിരിക്കാം. ആ കാലഘട്ടത്തിൽ പണമോ കറൻസിയോ ഇല്ലാതിരുന്നതിനാൽ, അംഗങ്ങൾക്ക് അവരുടെ ജോലിക്ക് സാധനങ്ങൾ നൽകിയായിരിക്കാം പ്രതിഫലം നൽകിയിരുന്നത്.

പൊതു കുളിസ്ഥലങ്ങൾ, ഡ്രെയിനേജ് സംവിധാനങ്ങൾ, ജലസംഭരണ സംവിധാനങ്ങൾ തുടങ്ങിയ സിവിൽ അടിസ്ഥാന സൗകര്യങ്ങൾ നിർമ്മിക്കുകയും പരിപാലിക്കുകയും ചെയ്ത വിദഗ്ധർ പുരാതന കാലത്തെ എഞ്ചിനീയർമാരായിരുന്നു. അവരെ പലതലമുറകളായി ഈ തരം ജോലികളിൽ ഏർപ്പെട്ടിരുന്ന അവരുടെ കുടുംബാംഗങ്ങൾ തന്നെയായിരിക്കാം പരിശീലിപ്പിച്ചത്. അവർക്കും അവരുടെ സേവനങ്ങൾക്ക് സാധനങ്ങൾ നൽകിയായിരിക്കാം പ്രതിഫലം നൽകിയിരുന്നത്. അങ്ങനെ, സിന്ധു സരസ്വതിയിലെ പുരാതന ജനതയ്ക്ക് ഒരു പ്രവർത്തനക്ഷമമായ സർക്കാർ ഉണ്ടായിരുന്നു എന്ന് നമുക്ക് പറയാം, അത് പൗരന്മാർക്ക് നന്നായി പരിപാലിക്കപ്പെട്ട അടിസ്ഥാന സൗകര്യങ്ങൾ ഉറപ്പാക്കുകയും അവർക്ക് ന്യായമായ രീതിയിൽ വ്യാപാരം നടത്താൻ ഉള്ള സൗകര്യങ്ങൾ ഉറപ്പാക്കുകയും ചെയ്തു.

മാനദണ്ഡങ്ങളാൽ ഒന്നിച്ചവർ

ഈ നാഗരികതയിലെ എല്ലാ പ്രാദേശിക നഗര കൗൺസിലുകളും മേഖലയിലുടനീളം എല്ലാ സിസ്റ്റങ്ങളും ഏകരൂപമായി പാലിക്കപ്പെടുന്നുണ്ടെന്ന് ഉറപ്പാക്കാൻ പതിവായി ആശയവിനിമയം

നടത്തിയിരുന്നിരിക്കണം. ഇത് വ്യത്യസ്ത നഗരങ്ങൾക്ക് തൂക്കങ്ങളിലും അളവുകളിലും വ്യത്യാസങ്ങളെക്കുറിച്ച് ആശങ്കപ്പെടാതെ പരസ്പരം ബിസിനസ്സ് നടത്താൻ കഴിയുമെന്ന് ഉറപ്പാക്കി. ഇത് വ്യത്യസ്ത സ്ഥലങ്ങളിൽ നിന്ന് കുടിയേറിയ ആളുകൾക്ക് ജീവിതം എളുപ്പമാക്കിയിരിക്കാം

നഗരങ്ങളിലേക്ക് ജോലിക്കായി.

ഇന്നത്തെക്കാലത്ത് മുംബൈയിൽ നിന്ന് ഒരാൾ ജോലിക്കായി ഹൈദരാബാദിലേക്ക് മാറുമ്പോൾ, അവർ പുതിയ നഗരത്തിൽ സമാനമായ കാര്യങ്ങൾ കണ്ടെത്തുന്നതുപോലെ. ഉദാഹരണത്തിന്, വൈദ്യുതിക്ക് ഒരേ വോൾട്ടേജ് ആണ്, കറൻസി ഒന്നുതന്നെയാണ്, സമാനമായ ഭക്ഷണ ഉൽപ്പന്നങ്ങൾ വാങ്ങാൻ കഴിയും, ഗതാഗത മാർഗ്ഗങ്ങൾ സമാനമാണ്, തുടങ്ങിയവ. സാമ്യതകൾ അല്ലെങ്കിൽ സ്റ്റാൻഡേർഡൈസേഷൻ ഒരാൾക്ക് പുതിയ നഗരത്തിൽ ഒത്തുപോകാൻ സഹായിക്കുന്നു.

Fun Activities
• നിങ്ങളുടെ നഗരത്തിലെ മുനിസിപ്പൽ സ്ഥാപനത്തിന്റെ പേര് കണ്ടെത്തുക.

ഭയപ്പെടുത്തുന്ന ആചാരങ്ങൾ

സിന്ധു സരസ്വതി മേഖലയിലെ വിവിധ സ്ഥലങ്ങളിലെ ഖനനത്തിനിടെ ചില അത്ഭുതകരമായ കണ്ടെത്തലുകൾ പ്രാചീന ഇന്ത്യക്കാരുടെ മതപരമായ വശങ്ങളുമായി ബന്ധപ്പെട്ടിരിക്കുന്നു. ആ കാലഘട്ടത്തിൽ നിന്ന് ലഭ്യമായ രേഖകളൊന്നും ഇല്ലാത്തതിനാൽ, അവരുടെ മതാചാരങ്ങൾ മനസ്സിലാക്കുക ബുദ്ധിമുട്ടാണ്. എന്നിരുന്നാലും, ചില കണ്ടെത്തലുകൾ ഈ ആചാരങ്ങളെക്കുറിച്ചുള്ള സൂചനകൾ നൽകുന്നു.

മഹാസ്നാനഘട്ടവും ആചാരപരമായ ശുദ്ധീകരണവും നേരത്തെ നാം വായിച്ചിരുന്നല്ലോ, ഇപ്പോൾ പാകിസ്ഥാനിലുള്ള മോഹൻജൊദാരോ നഗരത്തിൽ, ഒരു വലിയ പൊതു സ്നാനഘട്ടം അല്ലെങ്കിൽ കുളം ഖനനം ചെയ്തെടുത്തിട്ടുണ്ട്. ഇത് ഏകദേശം നാൽപ്പത് അടി നീളവും ഇരുപത്തിമൂന്ന് അടി വീതിയും എട്ട് അടി ആഴവുമുള്ളതാണ്. കുളത്തിന്റെ അടിത്തറയിൽ ജിപ്സം, ബിറ്റുമെൻ എന്നിവയുടെ അടുക്കുകൾ ഉപയോഗിച്ച് ചെയ്ത മികച്ച ഇഷ്ടിക നിർമ്മാണം കാണാം.

ഈ സ്നാനഘട്ടം മതപരമായ ആചാരങ്ങൾ നിർവഹിക്കാൻ പൊതുജനങ്ങൾ ഉപയോഗിച്ചിരുന്നതാണെന്ന് ചരിത്രകാരന്മാർ വിശ്വസിക്കുന്നു. ആചാരങ്ങളുടെ സ്വഭാവം നമുക്കറിയില്ലെങ്കിലും, പ്രാചീന ഇന്ത്യക്കാരും ആധുനിക ഇന്ത്യക്കാരും തമ്മിൽ ശ്രദ്ധേയമായ സാമ്യം കാണാം. ഇന്ത്യയിലുടനീളമുള്ള ഹിന്ദുക്കൾ നദികളിലും ടാങ്കുകളിലും കുളങ്ങളിലും സ്നാന ചടങ്ങുകളോടെ മതാചാരങ്ങൾ നിർവഹിക്കുന്നു. ആചാരപരമായ ഈ സ്നാന രീതികൾ നിരവധി ആളുകൾ പ്രാർത്ഥന അർപ്പിക്കാൻ ഒത്തുകൂടുന്ന വലിയ സമൂഹ പരിപാടികളാണ്. സംക്രാന്തി, മാഘ പൂർണിമ, മൗനി അമാവാസ്യ എന്നിവ ചില പ്രശസ്ത സ്നാന ചടങ്ങുകളിൽ ആണ്. ഇവയിൽ ഏറ്റവും പ്രശസ്തമായത് വടക്കൻ, മധ്യ ഇന്ത്യയിലെ വിവിധ സ്ഥലങ്ങളിൽ

കാലാകാലങ്ങളിൽ നടത്തപ്പെടുന്ന കുംഭ സ്നാനമാണ്. ആചാരപരമായ സ്നാനത്തിന്റെ ആശയം ഹിന്ദു ജീവിതത്തിന്റെ പ്രധാന ഭാഗമായി തുടരുന്നു. സിന്ധു സരസ്വതിയിലെ ജനങ്ങളും സമാനമായ ആചാരങ്ങൾ നിർവഹിച്ചിരുന്നു എന്നുള്ളതിന് എല്ലാ സാധ്യതകളുമുണ്ട്.

പ്രാചീന ആരാധനയുടെ ദൈവങ്ങളും ചിഹ്നങ്ങളും

രാജസ്ഥാനിലെ കാലിബംഗനിൽ നിന്ന് ഒരു ചെറിയ ടെറാകോട്ട ശിവലിംഗവും ഹരപ്പയിൽ നിന്ന് നിരവധി വലിയവയും ഖനനം ചെയ്തിട്ടുണ്ട്. സിന്ധു സരസ്വതിയിലെ ജനങ്ങൾ ആദ്യകാല ശിവ ആരാധകരായിരുന്നു എന്ന് ഇത് സൂചിപ്പിക്കുന്നു. ചില മുദ്രകളിൽ മൃഗങ്ങളുടെ നാഥനായ പശുപതിയായി ശിവന്റെ പ്രതീകാത്മക ചിത്രീകരണവും കാണാം. ഈ മുദ്രകളിൽ പശുപതി യോഗാസനത്തിൽ ഇരിക്കുന്നതായി കാണുന്നു, ഇത് ഏകദേശം 5,000 വർഷങ്ങൾക്ക് മുമ്പ് തന്നെ ഇന്ത്യയിൽ യോഗ പ്രാക്ടീസ് ചെയ്തിരുന്നതായി നമ്മുക്ക് മനസിലാക്കാം.

നഗരങ്ങളിലുടനീളം ഒരേ വിശ്വാസം

സിന്ധു സരസ്വതി നാഗരികതയുടെ ഭൂമിശാസ്ത്രത്തിലുടനീളം ശിവലിംഗത്തിന്റെ സാന്നിധ്യം അതിലെ ജനങ്ങളുടെ മതവിശ്വാസങ്ങൾ മേഖലയിലുടനീളം സമാനമായിരുന്നു എന്ന് സൂചിപ്പിക്കുന്നു. ഈ പങ്കിട്ട വിശ്വാസ സംവിധാനം ഒരുപക്ഷേ ജനങ്ങൾ തമ്മിലുള്ള ബന്ധവും കുടിയേറ്റവും മൂലമാണ് ഉണ്ടായത്. കാലക്രമേണ, പ്രാചീന ഇന്ത്യൻ സമൂഹം വികസിക്കുകയും സമാനമായ മതാചാരങ്ങൾ സ്വീകരിക്കുകയും ചെയ്തു.

കൂടാതെ, അഗ്നികുണ്ഡങ്ങൾ അല്ലെങ്കിൽ അഗ്നി വേദികളും സിന്ധു സരസ്വതി മേഖലയിലെ വിവിധ നഗരങ്ങളിൽ കണ്ടെത്തിയിട്ടുണ്ട്. ഈ അഗ്നി വേദികൾക്ക് വേദങ്ങളിൽ വിവരിച്ചിരിക്കുന്ന യജ്ഞ വേദികളുമായി ശ്രദ്ധേയമായ സാമ്യങ്ങളുണ്ട്. കാലിബംഗൻ, ലോത്തൽ, രാഖിഗഢി എന്നിവിടങ്ങളിൽ യജ്ഞ വേദികൾ ഖനനം ചെയ്തിട്ടുണ്ട്. ഈ പ്രാചീന നഗരങ്ങൾ നൂറുകണക്കിന് കിലോമീറ്റർ അകലെയാണ് സ്ഥിതി ചെയ്യുന്നത്, അതിനാൽ പരസ്പരം ഇത്ര ദൂരെ താമസിക്കുന്ന ആളുകൾ എങ്ങനെ സമാനമായ മതാചാരങ്ങൾ പിന്തുടർന്നു എന്ന് നമ്മൾ ആശ്ചര്യപ്പെട്ടേക്കാം. ഇതും ജനങ്ങൾ തമ്മിലുള്ള ബന്ധത്തിന്റെയും കുടിയേറ്റത്തിന്റെയും കാരണമാകാം.

പ്രാചീന ജനങ്ങളുടെ പവിത്രമായ ജീവിതത്തിന്റെ മറ്റൊരു പ്രധാന വശമാണ് അവരുടെ പ്രകൃതി ആരാധന. സിന്ധു സരസ്വതി മേഖലയിലെ വിവിധ സ്ഥലങ്ങളിൽ നിന്ന് കണ്ടെടുത്ത മുദ്രകൾ, മൺപാത്രങ്ങൾ തുടങ്ങിയ നിരവധി വസ്തുക്കളിൽ അരയാൽ - അഥവാ അത്തിമരത്തിന്റെ - ഇല കാണപ്പെടുന്നു. അരയാൽ മരം ഇന്നും ഹിന്ദുമതത്തിലും ജൈനമതത്തിലും ബുദ്ധമതത്തിലും ഒരു പ്രധാന ചിഹ്നമായി തുടരുന്നു. ഒരു അരയാൽ മരം മുറിക്കുന്നത് ഏത് വിലകൊടുത്തും ഒഴിവാക്കേണ്ട വലിയ പാപമായും കരുതപ്പെടുന്നു. ശ്രദ്ധേയമായ കാര്യം എന്തെന്നാൽ, ഏകദേശം 5000 വർഷങ്ങൾക്ക് ശേഷവും, നമ്മുടെ മതപരമായ ആചാരങ്ങൾ ഈ പുരാതന രീതികൾ നിലനിർത്തിയിരിക്കുന്നു.

പ്രാചീന ഇന്ത്യക്കാരുടെയും വേദങ്ങളിൽ വിവരിച്ചിട്ടുള്ളതും ഇന്നും ഹിന്ദുമതത്തിൽ ആചരിക്കുന്നതുമായ മതാചാരങ്ങൾ തമ്മിലുള്ള സാമ്യതകൾ കണക്കിലെടുത്താൽ, സിന്ധു സരസ്വതി നാഗരികതയിലെ ജനങ്ങൾ ഹിന്ദുമതത്തിന്റെ ആദ്യകാല രൂപം പിന്തുടർന്നിരുന്നു എന്ന് നമുക്ക് അനുമാനിക്കാമോ? ദൗർഭാഗ്യവശാൽ, ആ കാലഘട്ടത്തിലെ രേഖകളുടെ അഭാവം മൂലം, നമുക്ക് ഇത് ഉറപ്പിച്ച് പറയാൻ കഴിയില്ല. എന്നിരുന്നാലും, പുരാവസ്തു തെളിവുകൾ സൂചിപ്പിക്കുന്നത് ഹിന്ദുമതവും വൈദിക ആചാരങ്ങളും ഈ പ്രാചീന നാഗരികതയിൽ നിന്നാണ് ഉത്ഭവിച്ചിട്ടുണ്ടാവുക എന്നാണ്.

Fun Activities

- നിങ്ങളുടെ നഗരത്തിലെ ഏറ്റവും ജനപ്രിയമായ ക്ഷേത്രത്തിന്റെ പേര് കണ്ടെത്തുക.
- യോഗയെക്കുറിച്ചും അത് നമ്മെ ആരോഗ്യത്തോടെ നിലനിർത്താൻ എങ്ങനെ സഹായിക്കുന്നു എന്നതിനെക്കുറിച്ചും നിങ്ങളുടെ മാതാപിതാക്കളോട് ചോദിക്കുക.
- ഗൂഗിൾ സെർച്ച് ഉപയോഗിച്ച്, യജ്ഞവേദി എങ്ങനെയാണെന്ന് കണ്ടെത്തുക.

കുടിയേറ്റവും പുതിയ താവളങ്ങളും

സിന്ധു സരസ്വതി മേഖലയിലെ പുരാതന ജനങ്ങളുടെ ചരിത്രത്തെക്കുറിച്ച് നമുക്കിപ്പോൾ ധാരാളം അറിയാം, എന്നാൽ അവർക്ക് എന്താണ് സംഭവിച്ചത്? സിന്ധു സരസ്വതി നാഗരികത പെട്ടെന്ന് അപ്രത്യക്ഷമായോ, അതോ ജനങ്ങൾ മറ്റ് സ്ഥലങ്ങളിലേക്ക് കുടിയേറിയോ?

കാലാവസ്ഥാ വ്യതിയാനവും വറ്റിവരണ്ട നദികളും

ഉത്തര-പശ്ചിമ ഇന്ത്യയിൽ മഴയുടെ അളവിൽ ഗണ്യമായ കുറവ് ഉൾപ്പെടെയുള്ള മാറുന്ന കാലാവസ്ഥാ സാഹചര്യങ്ങൾ പ്രധാന പങ്ക് വഹിച്ചുവെന്ന് ചരിത്രകാരന്മാർ വിശ്വസിക്കുന്നു. ജലസേചനത്തിന് മൺസൂണിനെ ആശ്രയിച്ചിരുന്ന കർഷകർക്ക് വരണ്ട സാഹചര്യങ്ങളിൽ വിളകൾ കൃഷി ചെയ്യാൻ കഴിയാതായി. ഭൂകമ്പവും ഭൗമ ചലനങ്ങളും സരസ്വതി നദി വറ്റിപ്പോകുന്നതിന് കാരണമായി, ഈ നദി മുമ്പ് വർഷം മുഴുവൻ വെള്ളം നൽകിയിരുന്നു. നദി വറ്റിയതോടെ, അതിന്റെ തീരങ്ങളിലുള്ള പല നഗരങ്ങൾക്കും ആവശ്യത്തിന് വെള്ളമില്ലാതെ ആയി.

ഈ കാലാവസ്ഥാ സാഹചര്യങ്ങൾ പുരാതന സിന്ധു സരസ്വതി മേഖലയിലെ ജനങ്ങളെ ജലത്തിനും കൃഷിക്ക് അനുയോജ്യമായ ഭൂമിയിലേയ്ക്ക് കുടിയേറാൻ നിർബന്ധിതരാക്കി. ഈ കുടിയേറ്റം നഗരങ്ങളുടെ ക്രമേണയുള്ള ഉപേക്ഷിക്കലിലേക്ക് നയിച്ചു, അവ മണൽ, മണ്ണ്, എക്കൽ എന്നിവയ്ക്ക് അടിയിൽ മറയുന്നതിന് കാരണമായി. ആയിരക്കണക്കിന് വർഷങ്ങൾക്ക് ശേഷം 1920-ൽ മാത്രമാണ് നഗരങ്ങൾ ഖനനം ചെയ്യപ്പെട്ടത്, അങ്ങനെ ലോകം സിന്ധു സരസ്വതി മേഖലയിലെ അവിശ്വസനീയമായ സംസ്കാരം വീണ്ടും കണ്ടെത്തി.

ആര്യൻ ആക്രമണത്തിന്റെ മിത്ത്

ആര്യന്മാർ എന്ന് വിളിക്കപ്പെടുന്ന വിദേശ ആക്രമണകാരികൾ സിന്ധു സരസ്വതി മേഖലയെ ആക്രമിച്ച് ആ സംസ്കാരം അവസാനിപ്പിച്ചുവെന്ന് ചില ആദ്യകാല പണ്ഡിതന്മാർ, പ്രത്യേകിച്ച് ബ്രിട്ടീഷ് ചരിത്രകാരന്മാരും പുരാവസ്തു ഗവേഷകരും അവകാശപ്പെട്ടു. എന്നാൽ, പുതിയ ശാസ്ത്രീയ പഠനങ്ങൾ വിദേശ സൈന്യങ്ങളുടെ അത്തരം ആക്രമണങ്ങളുടെ തെളിവുകളൊന്നും കണ്ടെത്തിയിട്ടില്ല.

കളിപ്പാട്ടങ്ങൾ, പാത്രങ്ങൾ, വീട് ലേഔട്ടുകൾ, മതം തുടങ്ങിയ മേഖലകളിൽ പുരാതന ഹരപ്പന്മാരും ആധുനിക ഇന്ത്യക്കാരും തമ്മിലുള്ള സാമ്യങ്ങൾ സിന്ധു സരസ്വതി മേഖലയിലെ ജനങ്ങൾ പുതിയ സ്ഥലങ്ങളിലേക്ക് കുടിയേറി അവരുടെ ജീവിതം തുടർന്നുവെന്ന് സൂചിപ്പിക്കുന്നു. നാഗരികതയുടെ പെട്ടെന്നുള്ള തകർച്ച അല്ല ഉണ്ടായത്; മറിച്ച്, സ്ഥാനത്തിൽ ക്രമേണയുള്ള മാറ്റമായിരുന്നു. പ്രൊഫസർ നയൻജോത് ലാഹിരി തന്റെ "ദി ഡിക്ലൈൻ ആൻഡ് ഫാൾ ഓഫ് ഇൻഡസ് സിവിലിസേഷൻ" എന്ന പുസ്തകത്തിൽ, സിന്ധു സരസ്വതി സംസ്കാരത്തിന്റെ നഗര സ്വഭാവത്തിന്റെ സ്ഥിരമായ തകർച്ചയെ സൂചിപ്പിക്കുന്ന നിരവധി പ്രബന്ധങ്ങളും ഗവേഷണങ്ങളും ഉദ്ധരിക്കുന്നു. മുൻകാല ചരിത്രകാരന്മാർ നിർദ്ദേശിച്ചതുപോലെ നാഗരികത പെട്ടെന്നുള്ള തകർച്ച നേരിട്ടില്ലെന്ന് പ്രൊഫസർ നയൻജോത് ലാഹിരി വ്യക്തമാക്കുന്നു.

രഹസ്യമായ അക്ഷരങ്ങൾ

പ്രാചീന നാഗരികതകളെല്ലാം രഹസ്യങ്ങളും നിഗൂഢതകളും സൂക്ഷിക്കുന്നു. ഉദാഹരണത്തിന്, യന്ത്രങ്ങളൊന്നുമില്ലാതെ പ്രാചീന ഈജിപ്ഷ്യക്കാർ എങ്ങനെയാണ് മഹത്തായ പിരമിഡുകൾ നിർമ്മിച്ചതെന്ന് ചരിത്രകാരന്മാർ ഇപ്പോഴും ചർച്ച ചെയ്യുകയാണ്. അതുപോലെ, സിന്ധു സരസ്വതി സംസ്കാരത്തിന് സ്വന്തമായ ഒരു നിഗൂഢത ഉണ്ട്: അതിന്റെ ലിപി സമ്പ്രദായത്തിന്റെ രഹസ്യം.

ഒരു ലിപി സമ്പ്രദായം ഉണ്ടായിരുന്നോ?

സിന്ധു സരസ്വതി സംസ്കാരത്തെപ്പോലെ സങ്കീർണ്ണമായ ഒരു സമൂഹത്തിന് ഒരു ലിപി സമ്പ്രദായം ഉണ്ടായിരിക്കുക എന്നത് സ്വാഭാവികം മാത്രമാണ്. എന്നിരുന്നാലും, പുരാവസ്തു ഗവേഷകർക്ക് ആ കാലഘട്ടത്തിലെ എഴുതപ്പെട്ട രേഖകളൊന്നും കണ്ടെത്താനായിട്ടില്ല. എഴുത്തിന്റെ അവശേഷിപ്പുകൾ മുദ്രകളിലും, ലോഹ ഫലകങ്ങളിലും, മരപ്പലകകളിലും കാണപ്പെടുന്ന ചില അക്ഷരരൂപങ്ങൾ മാത്രമാണ്. എന്നാൽ ഈ എഴുത്തുകളെല്ലാം അർത്ഥവത്തായ വിവർത്തനത്തിന് സഹായകരമായിട്ടില്ല.

കഴിഞ്ഞ 5,000 വർഷങ്ങളിൽ, ഇന്ത്യൻ ഭാഷകളുടെ അക്ഷരമാല അത്രമാത്രം വികസിച്ചിട്ടുണ്ട് അവയുടെ ഉത്ഭവം കണ്ടെത്തുക അസാധ്യമാണ്. ഈജിപ്റ്റിലെയും മെസപ്പൊട്ടേമിയയിലെയും പുരാവസ്തു ഗവേഷകർക്ക് ബഹുഭാഷാ ശിലാലേഖനങ്ങൾ കണ്ടെത്താൻ ഭാഗ്യമുണ്ടായി, അത് പ്രാചീന ഈജിപ്ഷ്യൻ, മെസപ്പൊട്ടേമിയൻ ലിപികൾ വ്യാഖ്യാനിക്കാൻ അവരെ സഹായിച്ചു. ഇന്ത്യയിൽ അത്തരം ശിലാലേഖനങ്ങളൊന്നും കണ്ടെത്തിയിട്ടില്ല. ഇപ്പോൾ,മുദ്രകളിലെ ചിഹ്നങ്ങൾക്ക് എന്ത് അർത്ഥമുണ്ടായിരിക്കുമെന്ന് നമുക്ക് ഊഹിക്കാൻ മാത്രമേ കഴിയൂ.

അത് ഒരു അക്ഷരമാല തന്നെയായിരുന്നോ?

മുദ്രകളിലും മറ്റ് വസ്തുക്കളിലുമുള്ള ചിഹ്നങ്ങൾ ഒരു അക്ഷരമാലയെ പ്രതിനിധീകരിക്കുന്നുണ്ടോ എന്ന് ചില പുരാവസ്തു ഗവേഷകർ ചോദ്യം ചെയ്യുന്നു! 1970-ൽ, പ്രാചീന എഴുത്തുകളും ശിലാലേഖനങ്ങളും പഠിക്കുന്ന വ്യക്തിയായ ഇന്ത്യൻ എപിഗ്രാഫർ ഇരവതം മഹാദേവൻ, സിന്ധു സരസ്വതി ലിപിയിലെ ആകെ അക്ഷരങ്ങളുടെ എണ്ണം 419 ആയി കണക്കാക്കി. എന്നാൽ, 2015-ൽ മറ്റൊരു പുരാവസ്തു ഗവേഷകനായ ബ്രയാൻ വെൽസ് ഈ ലിപിയിൽ 694 വ്യത്യസ്ത ചിഹ്നങ്ങൾ ഉണ്ടെന്ന് നിർദ്ദേശിച്ചു. ഇത്രയധികം ചിഹ്നങ്ങൾ ഒരു അക്ഷരമാലയുടെ ഭാഗമാകാൻ സാധ്യതയില്ല. ഈ ചിഹ്നങ്ങൾ ഒരു ലോഗോ-സിലബിക് എഴുത്ത് സമ്പ്രദായത്തെ പ്രതിനിധീകരിക്കുന്നുണ്ടാകാം, അവിടെ ചില ചിഹ്നങ്ങൾ ആധുനിക അക്ഷരമാലയിലെന്ന പോലെ വാക്കുകളെയോ പ്രകടനങ്ങളെയോ പ്രതിനിധീകരിക്കുകയും മറ്റുള്ളവ ശബ്ദങ്ങളെ സൂചിപ്പിക്കുകയും ചെയ്യുന്നു. എന്നിരുന്നാലും, ഇത് ഒരു ഊഹമാണ്, സംശയാതീതമായി തെളിയിക്കാൻ കഴിയില്ല.

പ്രാചീന ഇന്ത്യക്കാർ ലോഗോ-സിലബിക് എഴുത്ത് സമ്പ്രദായം ഉപയോഗിച്ചിരുന്നെങ്കിൽ, ചില മുദ്രകളും ഫലകങ്ങളും കഴിഞ്ഞ് അതിന്റെ തെളിവുകൾ ഇത്ര കുറവായതെന്തുകൊണ്ട്? പ്രാചീന ഈജിപ്റ്റും മെസപ്പൊട്ടേമിയയും ധാരാളം എഴുതപ്പെട്ട രേഖകളുടെ ഉദാഹരണങ്ങൾ നൽകുന്നു. ഈജിപ്ഷ്യൻ സ്മാരകങ്ങൾ, പാപ്പിറസ് ചുരുളുകൾ, മെസപ്പൊട്ടേമിയൻ കളിമൺ ഫലകങ്ങൾ എന്നിവ കരാറുകൾ, നിയമങ്ങൾ, തർക്ക പരിഹാരങ്ങൾ പോലും രേഖപ്പെടുത്തിയിട്ടുണ്ട്. എന്നാൽ സിന്ധു സരസ്വതി മേഖലയിലെ അവശിഷ്ടങ്ങളിൽ നിന്ന് അത്തരത്തിലുള്ള ഒന്നും കണ്ടെടുത്തിട്ടില്ല.

അവർ നശിക്കുന്ന വസ്തുക്കളിൽ എഴുതിയിരുന്നോ?

പ്രാചീന ഇന്ത്യക്കാർ നിരക്ഷരരായിരുന്നു എന്നാണോ ഇതിനർത്ഥം? ഇത് അസംഭവ്യമാണ്. നാഗരികതയുടെ സങ്കീർണ്ണമായ വ്യാപാര ശൃംഖലകളും പുരോഗമിച്ച നഗര നിർവഹണവും ഉണ്ടായിരുന്നവർ, നഗരങ്ങൾക്കുള്ളിലും അതിനപ്പുറവും ഒരു എഴുത്ത് സമ്പ്രദായത്തിലൂടെ പരസ്പരം ആശയവിനിമയം നടത്തിയിരുന്നുവെന്ന് സൂചിപ്പിക്കുന്നു. പ്രാചീന ഇന്ത്യക്കാർ അവരുടെ മൺപാത്രങ്ങളിൽ വർണ്ണങ്ങൾ കൊണ്ട് ചിത്രം വരച്ചിരുന്നുവെന്നും നമുക്കറിയാം, അത് മൺപാത്രങ്ങൾക്കുള്ള ഒരു തരം മഷിയായിരുന്നു.

സിന്ധു സരസ്വതി സംസ്കാരത്തിലെ വ്യാപാരികൾ വഴി മെസപ്പൊട്ടേമിയയിലെ തുറമുഖങ്ങളിലെത്തിയപ്പോൾ, അവിടെ

എഴുത്തിനായി ഉപയോഗിച്ചിരുന്ന കളിമൺ ഫലകങ്ങൾ അവർ കണ്ടിരിക്കാം. അത്തരം എഴുത്ത് സമ്പ്രദായങ്ങളെക്കുറിച്ച് അവർക്ക് തീർച്ചയായും അറിവുണ്ടായിരുന്നു.

കാലാവസ്ഥയായിരുന്നോ അതോ വെറും നശീകരണമോ?

പുരാതന ഗ്രന്ഥങ്ങളുടെ നിലനിൽപ്പ് പലപ്പോഴും കാലാവസ്ഥാ സാഹചര്യങ്ങളെ ആശ്രയിച്ചിരിക്കുന്നു. ഈജിപ്തിലും മെസപ്പൊട്ടേമിയയിലും അത്യന്തം വരണ്ട കാലാവസ്ഥാ സാഹചര്യങ്ങളായിരുന്നു. ഇത് കളിമൺ ഫലകങ്ങളോ പാപ്പിറസ് ചുരുളുകളോ ഉയർന്ന ഈർപ്പം, പ്രളയം എന്നിവ നേരിടേണ്ടി വന്നില്ല എന്നർത്ഥമാക്കുന്നു. ഇതാണ് ഈ സ്ഥലങ്ങളിൽ നിന്നുള്ള രേഖകൾ നിലനിന്നതിന്റെ പ്രധാന കാരണങ്ങളിലൊന്ന്. സിന്ധു സരസ്വതി സംസ്കാരത്തിൽ നിന്ന് നമുക്ക് ലഭിച്ചിട്ടുള്ള കുറച്ച് എഴുത്ത് തെളിവുകൾ കാണിക്കുന്നത് അവർ ഹിമാലയൻ ബർച്ചിൽ നിന്നുള്ള ബർച്ച് തൊലിയോ പോലുള്ള നശിച്ചുപോകുന്ന വസ്തുക്കൾ എഴുതാൻ ഉപയോഗിച്ചിരുന്നു എന്നാണ്. വിവിധ പ്രദേശങ്ങളിൽ നിന്ന് കണ്ടെത്തിയ പുരാതന കൈയെഴുത്ത് പ്രതികളിൽ നിന്ന് ഇത് വ്യക്തവുമാണ്. പൊതുയുഗത്തിന്റെ ആദ്യ നൂറ്റാണ്ടുകളിൽ നിന്നുള്ള, ഏകദേശം 100–500 CE, അതായത് ഏകദേശം 1,500–2,000 വർഷങ്ങൾക്ക് മുൻപ് ചില കൈയെഴുത്ത് പ്രതികൾ ഹിമാലയൻ താഴ്‌വരകളിലെ തണുത്ത കാലാവസ്ഥയിലും ചൈനയിലെ മരുഭൂമികളിലും കണ്ടെത്തിയിട്ടുണ്ട്. ഈ സ്ഥലങ്ങളിലെ വരണ്ട കാലാവസ്ഥ ബർച്ച് തൊലി നൂറ്റാണ്ടുകളോളം കഠിനമായ കാലാവസ്ഥലയിലും നിലനിൽക്കാൻ സഹായിച്ചു.

സിന്ധു സരസ്വതി സംസ്കാരത്തിലെ ജനങ്ങൾ കരാറുകൾ, വിദ്യാഭ്യാസ ഗ്രന്ഥങ്ങൾ, സർക്കാർ ഉത്തരവുകൾ എന്നിവ എഴുതാൻ ബർച്ച് തൊലി ഉപയോഗിച്ചിരുന്നു എന്ന് നാം അനുമാനിക്കുന്നുവെങ്കിൽ, ഈ രേഖകൾ സ്ഥിരമായ ഉപയോഗം മൂലം തേയ്മാനത്തിന് വിധേയമായിപ്പോയി എന്നും നാം അംഗീകരിക്കേണ്ടിവരും. ഇതിനോടൊപ്പം ചൂടും ഈർപ്പമുള്ള കാലാവസ്ഥ അവയ്ക്ക് നാശം വരുത്തിയിരിക്കാം. സിന്ധു സരസ്വതിയിലെ നഗരങ്ങൾ ജനങ്ങൾ ഉപേക്ഷിച്ചപ്പോൾ, അവർ ഇത്തരം പല രേഖകളും ഉപേക്ഷിച്ചിട്ടുണ്ടാകാം. ബർച്ച് തൊലി വെള്ളവും ഈർപ്പവും മൂലം നശിക്കാൻ സാധ്യതയുള്ളതിനാൽ, ഈ രേഖകൾ ഒന്നുകിൽ പ്രളയ ജലത്തിൽ ഒലിച്ചുപോയിരിക്കാം

അല്ലെങ്കിൽ കാലക്രമേണ നശിച്ചിരിക്കാം. ഇതാണ് ആ കാലഘട്ടത്തിൽ നിന്നുള്ള എഴുത്ത് രേഖകളൊന്നും നമുക്ക് ലഭിക്കാത്തതിന്റെ കാരണം.

Fun Activities
• ഇന്ത്യയിൽ എത്ര ഔദ്യോഗിക ഭാഷകളുണ്ട് എന്ന് കണ്ടെത്തുക?

ഭാഗം II

കലകളുടെയും ശാസ്ത്രത്തിന്റെയും കാലഘട്ടം

ഒരു നാഗരികതയുടെ നിർമ്മാണ ഘടകങ്ങൾ

ജനങ്ങൾ ഒരു സംസ്കാരവും നാഗരികതയും വികസിപ്പിക്കുമ്പോൾ നിരവധി കാര്യങ്ങൾ സൃഷ്ടിക്കപ്പെടുകയും മെച്ചപ്പെടുത്തുകയും ചെയ്യുന്നു. ജനങ്ങൾ ഒരു സംഘടിത സമൂഹമായി ഒത്തുചേരുകയും വിവിധ അംഗങ്ങൾ ജീവിതം ലളിതമാക്കുന്ന കാര്യങ്ങൾ കണ്ടുപിടിക്കുകയും ആവിഷ്കരിക്കുകയും ചെയ്യുന്നു.

വ്യത്യസ്ത ആളുകൾ, വ്യത്യസ്ത കഥാപാത്രങ്ങൾ

ആധുനിക ലോകത്ത്, വ്യത്യസ്ത ജനവിഭാഗങ്ങൾ വിവിധ തരത്തിലുള്ള പങ്കുകൾ വഹിക്കുന്നു. ശാസ്ത്രജ്ഞർ മരുന്നുകൾ, യന്ത്രങ്ങൾ, സോഫ്റ്റ്വെയറുകൾ എന്നിവ കണ്ടുപിടിക്കുന്നു. കലാകാരന്മാർ സിനിമ, ശിൽപങ്ങൾ, ചിത്രങ്ങൾ എന്നിവ സൃഷ്ടിക്കുന്നു. എഴുത്തുകാർ വിവിധ വിഷയങ്ങളിൽ എഴുതുന്നു. ഡോക്ടർമാർ രോഗികളെ ചികിത്സിക്കുന്നു, ബിസിനസുകാർ വ്യാപാരം നടത്തുകയും സമൂഹം തഴച്ചുവളരാൻ സഹായിക്കുന്ന സേവനങ്ങൾ നൽകുകയും ചെയ്യുന്നു. അതുപോലെ, പുരാതന കാലത്തെ സംസ്കാരങ്ങളിലും ചിന്തകരുടെയും കണ്ടുപിടുത്തക്കാരുടെയും സൃഷ്ടികർത്താക്കളുടെയും പല നേട്ടങ്ങൾ ഉണ്ടായിരുന്നു. ചിലർ പുതിയ സാങ്കേതികവിദ്യകൾ വികസിപ്പിച്ചു, മറ്റുള്ളവർ നിലവിലുള്ളവ മെച്ചപ്പെടുത്തി. കുട്ടികൾ സ്കൂൾ വിദ്യാഭ്യാസത്തിലൂടെ പഠിക്കാനും വളരാനും വർഷങ്ങളെടുക്കുന്നതുപോലെ, പുരാതന സംസ്കാരങ്ങൾക്ക് കണ്ടുപിടിക്കാനും കണ്ടെത്താനും ധാരാളം സമയമെടുത്തു. അവർ ആദ്യമായി കാര്യങ്ങൾ പര്യവേക്ഷണം ചെയ്തതിനാൽ ഈ പ്രക്രിയ വളരെസാവധാനമായിരുന്നു.എന്നിരുന്നാലും,നൂറ്റാണ്ടുകൾക്കിടയിൽ,

അവരുടെ പരിശ്രമങ്ങൾ ഇന്ന് നമുക്ക് അറിയാവുന്ന കലകളുടെയും ശാസ്ത്രങ്ങളുടെയും അടിത്തറയിട്ടു.

ഏകദേശം 200 ബിസിഇയിൽ എഴുതപ്പെട്ട നാട്യശാസ്ത്രം ഏഷ്യയിലുടനീളമുള്ള പ്രകടന കലകളുടെ അടിത്തറയായി മാറി. ഏകദേശം 300 ബിസിഇയിൽ രചിക്കപ്പെട്ട പഞ്ചതന്ത്രം സംസ്കാരങ്ങളിലുടനീളമുള്ള കഥകളെ സ്വാധീനിച്ചു. ആര്യഭടൻ (5-ാം നൂറ്റാണ്ട് സിഇ) പോലുള്ള ഹിന്ദു ജ്യോതിശാസ്ത്രജ്ഞർ ആകാശ വസ്തുക്കളെക്കുറിച്ചുള്ള നമ്മുടെ ധാരണയിൽ വിപ്ലവം സൃഷ്ടിച്ചു, അതേസമയം ഋഗ്വേദം (ഏകദേശം 1500 ബിസിഇ) പോലുള്ള പ്രാചീന ഗ്രന്ഥങ്ങളിൽ വേരുകളുള്ള ആയുർവേദം ലോകമെമ്പാടുമുള്ള പരമ്പരാഗത വൈദ്യശാസ്ത്രത്തെ രൂപപ്പെടുത്തി.

ആധുനിക ലോകത്തിലെ പ്രാചീന അറിവുകൾ

പൂജ്യത്തിന്റെ സങ്കൽപത്തിൽ നിന്നും ആയുർവേദത്തിന്റെ വേരുകളിൽ നിന്നും മുൻനിര ജ്യോതിശാസ്ത്രത്തിലേക്കും ആഗോള നാട്യ കലകളിൽ നാട്യശാസ്ത്രത്തിന്റെ സ്വാധീനത്തിലേക്കും, പ്രാചീന ഇന്ത്യൻ അറിവുകൾ ആധുനിക ലോകത്തെ രൂപപ്പെടുത്തുന്നതിലുള്ള പങ്ക് തുടരുന്നു. ഈ ഭാഗങ്ങൾ വായിച്ചുതീരുന്നതോടെ, പ്രാചീന ഇന്ത്യക്കാർ എത്ര മിടുക്കരായിരുന്നു എന്നതിൽ നിങ്ങൾ അത്ഭുതപ്പെട്ടേക്കാം.

സൃഷ്ടിപരമായ പ്രതിഭ വിളിച്ചോതുന്ന നാട്യശാസ്ത്രം

സമൂഹത്തിന്റെ വികാസത്തോടെയും തൊഴിൽ വിഭജനത്തോടെയും, വ്യത്യസ്ത സമൂഹങ്ങൾ വ്യത്യസ്ത പ്രവർത്തനങ്ങളിൽ ഏർപ്പെട്ടപ്പോൾ, സിന്ധു സരസ്വതി ജനങ്ങൾക്ക് വിനോദ പ്രവർത്തനങ്ങൾക്കായി സമയം കണ്ടെത്താൻ കഴിഞ്ഞു. ഇതിനായി, പ്രാചീന ഇന്ത്യക്കാർ നൃത്തവും സംഗീതവും അവതരിപ്പിക്കാൻ തുടങ്ങി. ആദ്യകാലങ്ങളിൽ ഇവ വളരെ അടിസ്ഥാനപരമായ പ്രദർശനങ്ങളായിരുന്നിരിക്കണം, ക്രമേണ കൂടുതൽ സങ്കീർണ്ണമായ രൂപങ്ങളിലേക്ക് അവ വികസിച്ചു.

സംഗീതത്തിന്റെ തുടക്കം

പ്രാചീന ഇന്ത്യയിലെ ആദ്യകാല സംഗീത രൂപം വേദമന്ത്രങ്ങളുടെ ആലാപനമായിരുന്നു. മന്ത്രങ്ങൾ ആലപിക്കുന്നതിന് ജനങ്ങൾ ഒരു നിശ്ചിത രീതി രൂപപ്പെടുത്തി, അതിൽ മെലഡിയുടെ ഘടകങ്ങൾ ഉണ്ടായിരുന്നു. ഈ നിശ്ചിത സംഗീത രൂപങ്ങൾ പിന്നീട് വൈദികമല്ലാത്ത സംഗീതവും സൃഷ്ടിക്കാൻ ജനങ്ങൾ ഉപയോഗിച്ചു.

ഇത് സംഗീതത്തിന്റെ ആദ്യ നിയമങ്ങളുടെ ഉത്ഭവമായിരുന്നു. കാലക്രമേണ, ഈ നിയമങ്ങൾ ക്രോഡീകരിക്കപ്പെടുകയും ഒരു തലമുറയിൽ നിന്ന് അടുത്ത തലമുറയിലേക്ക് കൈമാറപ്പെടുകയും ചെയ്തു. ഏകദേശം ക്രിസ്തുവിന് മുമ്പ് 600-ൽ, സംഗീതത്തിന്റെയും നാട്യ പ്രകടനങ്ങളുടെയും നിയമങ്ങൾ നാട്യശാസ്ത്രം എന്ന ഗ്രന്ഥത്തിൽ എഴുതപ്പെട്ടു.

നാട്യശാസ്ത്രം: ഒരു മഹത്തായ ദൃശ്യാനുഭവം

പിന്നീട് നാട്യശാസ്ത്രം എന്ന ഗ്രന്ഥം മറ്റ് പല വിദഗ്ധരും മെച്ചപ്പെടുത്തി, അവസാനം, ഋഷി ഭരതൻ നാട്യശാസ്ത്രത്തിന്റെ പുതുക്കിയ പതിപ്

രചിച്ച് അതിനെ നാട്യശാസ്ത്രം എന്ന് വിളിച്ചു. ഈ പുതുക്കിയ പതിപ്പ് ഇപ്പോഴും ക്ലാസിക്കൽ നൃത്തങ്ങൾ പോലുള്ള പരമ്പരാഗത ഇന്ത്യൻ കലാരൂപങ്ങളുടെ വക്താക്കൾ ഉപയോഗിക്കുന്നു. നാട്യശാസ്ത്രത്തിന്റെ പ്രധാന പഠനങ്ങളിൽ ഒന്ന് ഓരോ പ്രകടനത്തെയും ഒരു ദൃശ്യാനുഭവമായി കാണുക എന്നതാണ്, അത് എത്ര മഹത്തരമോ അത്രയും നല്ലത്. അഞ്ചാമത്തെ വേദമായി രചിക്കപ്പെട്ട നാട്യശാസ്ത്രം, ഇന്ത്യക്കാർക്ക് മാത്രമല്ല, തെക്കുകിഴക്കൻ ഏഷ്യൻ മേഖലയ്ക്കുള്ള ഒരമൂല്യ സമ്മാനമാവുകയും ചെയ്തു.

തെക്കുകിഴക്കൻ ഏഷ്യയിലേക്ക് നാട്യശാസ്ത്രത്തിന്റെ പ്രയാണം

ഇന്ത്യൻ വ്യാപാരികൾ തെക്കുകിഴക്കൻ ഏഷ്യയിലെ ജനങ്ങളുമായി സാമൂഹികവും വാണിജ്യപരവുമായ ബന്ധങ്ങൾ സ്ഥാപിച്ചു തുടങ്ങിയപ്പോൾ, അവർ അവിടെയുള്ള ജനങ്ങളുമായി സാംസ്കാരിക കൈമാറ്റത്തിലും ഏർപ്പെട്ടു. ഇത് തെക്കുകിഴക്കൻ ഏഷ്യയിൽ നാട്യശാസ്ത്രത്തിന്റെ പ്രചാരണത്തിന് കാരണമായി. നാട്യശാസ്ത്രത്തിൽ പരാമർശിച്ചിരിക്കുന്ന ഗംഭീരമായ കാഴ്ചകൾ സൃഷ്ടിക്കുന്നതിനുള്ള ഊന്നൽ ഉൾപ്പെടെയുള്ള പല സാങ്കേതിക വിദ്യകളും തെക്കുകിഴക്കൻ ഏഷ്യയിൽ അന്ന് നിലനിന്നിരുന്ന നൃത്തരൂപങ്ങളിൽ കൂട്ടിച്ചേർക്കപെട്ടു. ഇന്നും തെക്കുകിഴക്കൻ ഏഷ്യയിലുടനീളം രാമായണ മഹാകാവ്യത്തിന്റെ അവതരണത്തിൽ നാട്യശാസ്ത്രത്തിന്റെ സ്വാധീനം കാണാൻ കഴിയും.

ഇന്ത്യൻ സിനിമാ ബന്ധം

നാട്യശാസ്ത്രം നമ്മുടെ ജീവിതത്തിന്റെ അവിഭാജ്യ ഘടകമായി മാറിയിരിക്കുന്നു, ഇന്നും പലപ്പോഴും ജനപ്രിയ സംസ്കാരത്തിൽ അത് പ്രദർശിപ്പിക്കപ്പെടുകയും ചെയ്യുന്നു. ഇന്ത്യൻ സിനിമകൾ നൃത്തവും സംഗീതവും കൊണ്ട് നിറഞ്ഞിരിക്കുന്നത് എന്തുകൊണ്ടാണെന്ന് നിങ്ങൾ എപ്പോഴെങ്കിലും ആശ്ചര്യപ്പെട്ടിട്ടുണ്ടോ? അല്ലെങ്കിൽ, ഇന്ത്യൻ സിനിമകളിൽ നൂറുകണക്കിന് കലകരോട്ടുകൂടി കൊറിയോഗ്രാഫ് ചെയ്ത നൃത്ത രംഗങ്ങൾ എന്തുകൊണ്ടാണ് ഉള്ളത്?

ഇതിനുകാരണം നാട്യശാസ്ത്രത്തിൽ, അത് നൃത്തം, നാടകം, കഥപറച്ചിൽ എന്നിവ ഉൾപ്പെടുന്ന ഇന്ത്യൻ അരങ്ങ് കലകളെക്കുറിച്ചുള്ള ഒരു വിജ്ഞാനകോശമാണ്. നാട്യശാസ്ത്രം ഒരു ദൃശ്യാനുഭവം എങ്ങിനെ സൃഷ്ടിക്കാം എന്ന് പ്രതിപാദിക്കുന്നു. ഈ കാരണത്താലാണ് ഒരു പ്രകടനം കാണാൻ വരുന്ന ആളുകളെ

'ശ്രോതാക്കൾ' എന്നല്ലാതെ 'നിരീക്ഷകർ' എന്നർത്ഥം വരുന്ന 'പ്രേക്ഷകർ' എന്ന് നാം വിളിക്കുന്നതിന്റെ കാരണം.

പ്രകടനങ്ങൾ വിലയിരുത്തുന്നതിനുള്ള നിയമങ്ങളും നാട്യശാസ്ത്രം നിർദ്ദേശിക്കുന്നു. വിദഗ്ധർക്കോ വിമർശകർക്കോ മാത്രം ഒരു പ്രകടനം വിലയിരുത്താൻ കഴിയില്ലെന്ന് പറയപ്പെടുന്നു. ഒരു പ്രകടനത്തിന്റെ അന്തിമ വിധികർത്താവ് പ്രേക്ഷകരാണ്, അതായത് ഷോ കാണാൻ വരുന്ന ആളുകൾ. ഫീഡ്ബാക്കിനായി തിരഞ്ഞെടുത്ത കാഴ്ചക്കാരുടെ ഒരു ഗ്രൂപ്പുമായി വിധികർത്താക്കൾ കൂടിയാലോചിക്കണമെന്ന് നാട്യശാസ്ത്രം ശുപാർശ ചെയ്യുന്നു. ആധുനിക കാലത്തെ റിയാലിറ്റി ഷോകളും ടാലന്റ് ഷോകളും ചെയ്യുന്നത് ഇതുതന്നെയല്ലേ? അവർ പ്രേക്ഷക വോട്ടെടുപ്പ് നടത്തി കാഴ്ചക്കാരെ പങ്കെടുപ്പിക്കുന്നു. 2,500 വർഷങ്ങൾക്ക് മുമ്പ് വികസിപ്പിച്ച ഒരു ആശയം ഇന്നും പ്രസക്തമാണെന്നത് അത്ഭുതകരമാണ്!

2500 വർഷത്തെ 'മസാല' യോടുള്ള സ്നേഹം!

ഇന്ത്യയിലെ എല്ലാ പരമ്പരാഗത, ശാസ്ത്രീയ അരങ്ങ് കലാരൂപങ്ങളും നാട്യശാസ്ത്രം നിർദ്ദേശിച്ച തത്വങ്ങൾ പിന്തുടരുന്നു. അവയിൽ ഓരോന്നിലും ദൃശ്യങ്ങളിലാണ് ശ്രദ്ധ കേന്ദ്രീകരിക്കുന്നത്. ആധുനിക ഇന്ത്യൻ സിനിമയും ഒരു അപവാദമല്ല. ഇന്നത്തെ സംവിധായകർ യഥാർത്ഥത്തിൽ നാട്യശാസ്ത്രം നോക്കുന്നില്ലായിരിക്കാം, എന്നിരുന്നാലും അവരുടെ സർഗാത്മക യാത്രയിൽ ഇന്ത്യൻ കാഴ്ചക്കാർ ജീവസ്സുള്ള, ഗംഭീരവും വർണ്ണാഭവുമായ സംഗീത കാഴ്ചകൾ ഇഷ്ടപ്പെടുന്നവരാണെന്നു അവർക്കറിയാം. അതുകൊണ്ടാണ് 'മസാല' - നൃത്തം, സംഗീതം, അവിശ്വനീയമായ സ്റ്റണ്ടുകൾ നിറഞ്ഞ സിനിമകൾ ബ്ലോക്ക്ബസ്റ്റർ ഹിറ്റുകളാകുന്നത്. എന്നാൽ സാങ്കേതികമായി മികച്ചതെങ്കിലും നിറമില്ലാത്ത സിനിമകൾ പലപ്പോഴും കാഴ്ചക്കാരെ ആവേശഭരിതരാക്കുന്നതിൽ പരാജയപ്പെടുന്നു. അതിനാൽ, അടുത്ത തവണ നിങ്ങൾ ഒരു നല്ല 'മസാല' സിനിമ ആസ്വദിക്കുമ്പോൾ, 2,500 വർഷങ്ങൾക്ക് മുമ്പ് ആളുകൾ പ്രകടിപ്പിച്ച അതേ ആവേശവും ഉത്സാഹവും നിങ്ങൾ പ്രകടിപ്പിക്കുന്നുവെന്ന് ഓർക്കുക!

Fun Activities

- നാല് വേദങ്ങളുടെ പേരുകൾ കണ്ടെത്തുക.
- ഇന്ത്യൻ ശാസ്ത്രീയ നൃത്തരൂപങ്ങളുടെ പേരുകൾ കണ്ടെത്തുക.

സംസാരിക്കുന്ന മൃഗങ്ങളുടെ ലോകം

'നീല കുറുക്കൻ', 'കുരങ്ങും മുതലയും', 'മുയലും സിംഹവും' തുടങ്ങിയ കഥകൾ നിങ്ങൾക്ക് പരിചിതമായിരിക്കും. ഇവ പഞ്ചതന്ത്രത്തിലെ ഏറ്റവും ജനപ്രിയമായ കഥകളിൽ ചിലത് മാത്രം. ഈ കഥകൾ ഇന്ത്യയൊട്ടാകെ പ്രചാരമുള്ളവയാണ്, പലപ്പോഴും ഈ കഥകൾ സ്കൂളുകളിൽ പഠിപ്പിക്കുകയോ മാതാപിതാക്കളും മുത്തശ്ശി-മുത്തശ്ശന്മാരും കുട്ടികളുമായി പങ്കുവെക്കുകയോ ചെയ്യുന്നു.

ഉചിതമായ കാര്യങ്ങൾ തിരഞ്ഞെടുക്കാനുള്ള ഒരു ഗൈഡ്

പഞ്ചതന്ത്രകഥകൾ ഉചിതമായ കാര്യം ചെയ്യുന്നതിനുള്ള ഒരു മാർഗദർശിയാണ്. അതിന് പുറമേ അത് നീതിയുടെ അഥവാ ധാർമിക പെരുമാറ്റത്തിന്റെ ഒരു പ്രധാന ഉറവിടംകൂടിയാണ്. പ്രാചീന ഇന്ത്യയിലെ അധ്യാപകർ രാജകുമാരന്മാരിൽ ധാർമിക പെരുമാറ്റവും ജ്ഞാനവും വളർത്തിയെടുക്കാൻ ഇത് ഉപയോഗിച്ചിരുന്നു. എന്നാൽ പഞ്ചതന്ത്രത്തെ കുട്ടികൾക്ക് ആകർഷകമാക്കുന്നത് കഥകളിൽ സംസാരിക്കുന്ന മൃഗങ്ങളെ കഥാപാത്രങ്ങളായി ഉപയോഗിച്ചിരിക്കുന്നതിനാലാണ്. മനുഷ്യരെപ്പോലെ സംസാരിക്കുകയും പെരുമാറുകയും ചെയ്യുന്ന മൃഗങ്ങൾ, മാനുഷിക സ്വഭാവമുള്ള കഥാപാത്രങ്ങൾ എന്നിവ ഉൾപ്പെടുത്തിയ ആദ്യത്തെ സാഹിത്യകൃതിയാണ് പഞ്ചതന്ത്രം.

വിവിധ ഭാഷകളിലെ വ്യത്യസ്ത പതിപ്പുകൾ

ആദ്യം സംസ്കൃതത്തിൽ എഴുതപ്പെട്ട പഞ്ചതന്ത്രം പിന്നീട് നിരവധി ഇന്ത്യൻ ഭാഷകളിലേക്ക് വിവർത്തനം ചെയ്യപ്പെട്ടു. ജൈന, ബുദ്ധ പണ്ഡിതന്മാർ പോലും പഞ്ചതന്ത്രത്തിലെ കഥകൾ സ്വീകരിച്ച് അവരുടേതായ പതിപ്പുകൾ സൃഷ്ടിച്ചു. കൗതുകകരമായാ

കാര്യമെന്തെന്നാൽ, പഞ്ചതന്ത്രം ഇന്ത്യയിൽ മാത്രമല്ല, പ്രാചീന പേർഷ്യയിലും ഏറെ പ്രചാരത്തിലുണ്ടായിരുന്നു. ക്രിസ്തുവർഷം 6-ാം നൂറ്റാണ്ടിൽ, ഷാ ഖുസ്രോ ഒന്നാമൻ തന്റെ വൈദ്യനെ ഈ കൃതിയുടെ ഒരു പകർപ്പിനായി ഇന്ത്യയിലേക്ക് അയച്ചു. വൈദ്യൻ മടങ്ങിയെത്തിയപ്പോൾ, അത് പാഹ്ലവിയിലേക്ക്, അതായത് മധ്യ പേർഷ്യൻ ഭാഷയിലേക്ക്, (അക്കാലത്തെ പേർഷ്യയുടെ ഭാഷയിലേക്ക്) വിവർത്തനം ചെയ്യപ്പെട്ടു.

അറബിക് സാഹിത്യത്തിലെ സ്വാധീനം

ഈ വിവർത്തനം പേർഷ്യയിൽ വളരെ ജനപ്രിയമായി മാറുകയും ഒരു പ്രധാന സാഹിത്യകൃതിയായി കണക്കാക്കപ്പെടുകയും ചെയ്തു. ക്രിസ്തുവർഷം 7-ാം നൂറ്റാണ്ടിൽ പേർഷ്യയിലേക്കുള്ള ഇസ്ലാമിക ആക്രമണം നടന്നപ്പോൾ, അറബ് അധിനിവേശക്കാർ പഞ്ചതന്ത്രം കണ്ടെത്തി. അവർ തങ്ങളുടെ പണ്ഡിതന്മാരോട് അത് അറബിയിലേക്ക് വിവർത്തനം ചെയ്യാൻ ആവശ്യപ്പെട്ടു. കലീല വ ദിംന എന്ന് പേരിട്ട അറബിക് പതിപ്പ് അറബിക് സാഹിത്യത്തിലെ ആദ്യത്തെ ക്ലാസിക് കൃതിയായി കണക്കാക്കപ്പെടുന്നു. അങ്ങനെ, പ്രാചീന ഇന്ത്യക്കാർ അവരുടെ സ്വന്തം സംസ്കാരത്തിൽ മാത്രമല്ല, വിദൂര സ്ഥലങ്ങളിലെ ജനങ്ങൾപോലും സ്നേഹിക്കുകയും അഭിനന്ദിക്കുകയും ചെയ്ത ഒരു അതുല്യ കൃതി സൃഷ്ടിച്ചു.

വൈകാതെ, പഞ്ചതന്ത്രം ലോകമെമ്പാടുമുള്ള അറബ് കോളനികളിൽ ജനപ്രിയമായി. അറബ് സൈന്യങ്ങൾ കൂടുതൽ പ്രദേശങ്ങൾ ആക്രമിച്ച് കീഴടക്കിയപ്പോൾ, അവർ തങ്ങളുടെ സാഹിത്യവും കൊണ്ടുപോയി പുതിയ പ്രദേശങ്ങളിൽ പരിചയപ്പെടുത്തി. യൂറോപ്പുമായുള്ള അറബ് വ്യാപാരം യൂറോപ്പിൽ പഞ്ചതന്ത്രത്തിന്റെ ജനപ്രീതിക്ക് കാരണമായി.

യൂറോപ്പിലെ പഞ്ചതന്ത്രം

യൂറോപ്യന്മാർ ഈ പുസ്തകം വായിച്ചപ്പോൾ ആകൃഷ്ടരായി, സാഹിത്യത്തിൽ സംസാരിക്കുന്ന മൃഗങ്ങളെ ഒരുപക്ഷേ ആദ്യമായിട്ടായിരിക്കും അവർ കണ്ടുമുട്ടിയത്. മാനുഷിക സ്വഭാവമുള്ള മൃഗ കഥാപാത്രങ്ങളുടെ ഉപയോഗം നിരവധി ആധുനിക കൃതികളിലും പ്രതിഫലിക്കുന്നു. ആധുനിക കഥകളിൽ ഉള്ള ചില പ്രസിദ്ധമായ മാനുഷിക സ്വഭാവമുള്ള മൃഗ കഥാപാത്രങ്ങളിൽ

ദി ക്രോണിക്കിൾസ് ഓഫ് നാർണിയയിലെ സംസാരിക്കുന്ന സിംഹമായ അസ്ലാൻ, ഐസ് ഏജ് സീരീസിലെ സംസാരിക്കുന്ന

മൃഗങ്ങൾ, ജോർജ് ഓർവെല്ലിന്റെ ആനിമൽ ഫാമിലെ സംസാരിക്കുന്ന പന്നികൾ എന്നിവ ഉൾപ്പെടുന്നു.

പഞ്ചതന്ത്രം യൂറോപ്പിലേക്ക് വ്യാപിച്ചപ്പോൾ, 'നെസ്റ്റഡ്' അല്ലെങ്കിൽ 'ഫ്രെയിംഡ്' കഥകളുടെ ആശയവും അതിനോടൊപ്പം എത്തി. അതായത് ഒരു വലിയ കഥയ്ക്കുള്ളിലെ കഥകൾ. ഈ കഥപറച്ചിൽ രീതി അറേബ്യൻ നൈറ്റ്സിലെ പ്രസിദ്ധമായ കഥകളിൽ ഉപയോഗിച്ചിട്ടുണ്ട്. ശ്രദ്ധേയമായ കാര്യം എന്തെന്നാൽ പഞ്ചതന്ത്രം പ്രധാനപ്പെട്ട എല്ലാ ആഗോള ഭാഷകളിലേക്കും വിവർത്തനം ചെയ്യപ്പെട്ട പുരാതന ലോകത്തിലെ ഒരേയൊരു മതേതര ഗ്രന്ഥമാകാൻ ഉള്ള എല്ലാ സാധ്യതയുമുണ്ട്.

Fun Activities

- ഇന്ത്യൻ സാഹിത്യത്തിൽ നിന്ന് ഒരു നെസ്റ്റഡ് കഥയുടെ ഉദാഹരണം പങ്കുവെയ്ക്കാൻ നിങ്ങളുടെ മാതാപിതാക്കളോട് പറയുക.

ജീവൻരക്ഷ എന്ന കല

ആയുർവേദം പ്രാചീന ഇന്ത്യൻ ശാസ്ത്രത്തിന്റെ ഒരു ശാഖയാണ്. അത് രോഗനിർണയം, ചികിത്സ, ഔഷധശാസ്ത്രം, ശസ്ത്രക്രിയ എന്നിവയുമായി ബന്ധപ്പെട്ടിരിക്കുന്നു. ആയുർവേദം വിവിധ രോഗചികിത്സക്കായി ഔഷധ സസ്യങ്ങളും അതിൽ നിന്നുള്ള നീരും ഉപയോഗിക്കുന്നു. എന്നാൽ ആയുർവേദം എങ്ങനെയാണ് ഉത്ഭവിച്ചത്? സസ്യങ്ങളുടെ ഘടനയും വിവിധ രോഗങ്ങളിലുള്ള അവയുടെ സ്വാധീനവും പരിശോധിക്കാൻ ആധുനിക ഉപകരണങ്ങൾ ഇല്ലാതെ, ഏത് രോഗത്തിന് ഏത് സസ്യം ഉപയോഗിക്കണമെന്ന് പ്രാചീന ഇന്ത്യക്കാർ എങ്ങനെ അറിഞ്ഞു? ഈ ചോദ്യത്തിന് നേരിട്ടുള്ള ഉത്തരമില്ല, എന്നാൽ ചില അനുമാനങ്ങളിലൂടെ നമുക്ക് ഇതിനുള്ള ഉത്തരങ്ങൾ കണ്ടെത്താൻ ശ്രമിക്കാം.

ആദ്യകാല കണ്ടെത്തലുകളും അപ്രതീക്ഷിതമായ കണ്ടെത്തലുകളും

ആദ്യകാല മനുഷ്യർ വേട്ടക്കാരും സാധനങ്ങൾ ശേഖരിക്കുന്നവരുമായിരുന്നു. അവർ മൃഗങ്ങളെ വേട്ടയാടുകയും ഭക്ഷണത്തിനായി പഴങ്ങൾ, വിത്തുകൾ, വേരുകൾ, കാട്ടുപഴങ്ങൾ എന്നിവ ശേഖരിക്കുകയും ചെയ്തു. എല്ലാ സസ്യങ്ങളും കഴിക്കാൻ കഴിയില്ല എന്ന് മനുഷ്യർ മനസ്സിലാക്കിയത് വളരെ നാളത്തെ ഹിറ്റ്-ആൻഡ്-ട്രയൽ പ്രക്രിയയിലൂടെയും യാദൃച്ഛിക കണ്ടുപിടുത്തങ്ങളിലൂടെയുമാണ്. ചില സസ്യങ്ങളോ മൃഗത്തിന്റെ ഭാഗങ്ങളോ കഴിക്കുന്നത് വഴി വയറിളക്കം, അലർജി അല്ലെങ്കിൽ ചില സന്ദർഭങ്ങളിൽ മരണം പോലും സംഭവിച്ചിട്ടുണ്ടാകും. ഈ സംഭവങ്ങൾ ആദ്യകാല മനുഷ്യരെ നല്ല ഭക്ഷണവും ചീത്ത ഭക്ഷണവും തമ്മിൽ വേർതിരിച്ചറിയാൻ സഹായിച്ചു.

ചില സസ്യങ്ങൾ വിഷമുള്ളതാണെങ്കിൽ, മറ്റുള്ളവയ്ക്ക് ഔഷധ മൂല്യമുണ്ട്. ഇവ കഴിക്കുന്നത് ചില രോഗങ്ങൾ സുഖപ്പെടുത്തിയിട്ടുണ്ടാകും. ഉദാഹരണത്തിന്, ഉയർന്ന രക്തസമ്മർദ്ദം അനുഭവിക്കുന്ന ഒരു വ്യക്തി തലവേദന, തലചുറ്റൽ, ശ്വാസംമുട്ടൽ എന്നീ ലക്ഷണങ്ങൾ കാണിച്ചേക്കാം. ആയുർവേദത്തിൽ സർപ്പഗന്ധ സസ്യത്തിന്റെ (Rauvolfia serpentine) വേരുകൾ ഇതിന് ഒരു പരിഹാരമായി നിർദ്ദേശിക്കുന്നു. ആദ്യകാല മനുഷ്യർ വിവിധ പച്ചക്കറികളുടെ വേരുകൾ കഴിച്ചിരുന്നതിനാൽ, സർപ്പഗന്ധ വേരുകൾ കഴിക്കുന്നതുവഴി തലവേദന കുറയ്ക്കാൻ സഹായിക്കുന്നുവെന്ന് മനസ്സിലാക്കിയിട്ടുണ്ടാകാം.

അപ്രതീക്ഷിതമായ കണ്ടെത്തലുകൾ എന്നറിയപ്പെടുന്ന ഇത്തരം നേട്ടങ്ങൾ നിരവധി ഔഷധ സസ്യങ്ങളുടെ കണ്ടെത്തലിലേക്ക് നയിച്ചു. കാലക്രമേണ, ജനങ്ങൾ സസ്യത്തിന്റെ ഔഷധ ഭാഗം വേർതിരിക്കാൻ പരീക്ഷണങ്ങൾ ആരംഭിച്ചു, ഇത് ഔഷധശാസ്ത്രത്തിന്റെ തുടക്കമായി. നൂറ്റാണ്ടുകൾ കഴിഞ്ഞപ്പോൾ, രോഗങ്ങൾ സുഖപ്പെടുത്താൻ സസ്യങ്ങൾ തിരിച്ചറിയുന്നതിലും ഉപയോഗിക്കുന്നതിലുമുള്ള മനുഷ്യന്റെ കൗതുകം മെഡിക്കൽ സയൻസിന്റെ പൂർണ്ണമായി വികസിച്ച ഒരു ശാഖയിലേക്ക് നയിച്ചു. വ്യത്യസ്ത പ്രദേശങ്ങളിലെ ആൾക്കാരുമായി സംവദിക്കുന്ന സമൂഹങ്ങൾ അവരുടെ വൈദഗ്ധ്യവും കണ്ടെത്തലുകളും പങ്കിട്ടു, ക്രമേണ മെഡിക്കൽ അറിവ് ഒട്ടനവധി വർദ്ധിച്ചു.

മനുഷ്യശരീരത്തെക്കുറിച്ച് മനസ്സിലാക്കൽ

കൗതുകം ജനങ്ങളെ മനുഷ്യശരീരത്തിന്റെ ആന്തരിക പ്രവർത്തനങ്ങളെക്കുറിച്ചുള്ള കണ്ടെത്തലുകളിലേയ്ക്ക് നയിച്ചു. ആദ്യകാല മനുഷ്യർ വേട്ടയാടിയ ശേഷം, മൃഗത്തെ മുറിച്ചുതുറന്നപ്പോൾ, അവർ അവയവങ്ങളുടെ ക്രമീകരണം നിരീക്ഷിച്ചു. ഇത് അവരുടെ സ്വന്തം ശരീരഘടനയെക്കുറിച്ച് കൂടുതൽ അറിയാനും മനസിലാക്കാനും അവരെ പ്രേരിപ്പിച്ചു. ആയുർവേദ പ്രാക്ടീഷണർമാർ മനുഷ്യശരീരത്തിന്റെ ഉള്ളിലെ ഭാഗങ്ങൾ കൂടുതൽ മനസ്സിലാക്കാൻ മരിച്ച മനുഷ്യരെ കീറിമുറിക്കാൻ തുടങ്ങി. അവസാനം, നൂറുകണക്കിന് വർഷങ്ങളിലായി സംഭരിച്ച അറിവ് ശസ്ത്രക്രിയയുടെ തുടക്കത്തിലേക്ക് നയിച്ചു.

ആദ്യത്തെ മെഡിക്കൽ പുസ്തകങ്ങൾ

ഔഷധ സസ്യങ്ങൾ, അവയുടെ ശുദ്ധീകരണവും നീര് വേർതിരിച്ചു എടുക്കലും, അതിന്റെ ഉപയോഗവും സംബന്ധിച്ച നൂറുകണക്കിന് വർഷങ്ങളുടെ അറിവ് വ്യത്യസ്ത ആളുകളായിരിക്കും എഴുതിവെച്ചിട്ടുണ്ടാവുക.

ഏകദേശം ബിസിഇ നാലാം നൂറ്റാണ്ടിൽ, ഋഷി ചരകൻ വിവിധ ടെക്സ്റ്റുകളെ ഒരു ഒറ്റ പുസ്തകമാക്കി ഈ അറിവുകളെല്ലാം സമാഹരിച്ചു. അദ്ദേഹത്തിന്റെ കൃതിയാണ് ചരക സംഹിത.

'സംഹിത' എന്ന പദതിനർത്ഥം ശേഖരിക്കപ്പെട്ടതോ ഒന്നിച്ചു ചേർക്കപ്പെട്ടതോ ആയ എന്തെങ്കിലും എന്നാണ്. അതായത്, ചരക മഹർഷി അന്ന് ലഭ്യമായിരുന്ന ആയുർവേദ ഗ്രന്ഥങ്ങൾ ശേഖരിച്ച് ഒരു ഒറ്റ പുസ്തകമായി സമാഹരിച്ചു.

ചരക സംഹിത, രോഗങ്ങളെക്കുറിച്ചും അവയുടെ ചികിത്സയെക്കുറിച്ചും വിവരങ്ങൾ നൽകുന്നതിനു പുറമേ, ഒരു ഡോക്ടറുടെ ശരിയായ പെരുമാറ്റവും നിർദ്ദേശിക്കുന്നു. രോഗിയെ ചികിത്സിക്കുമ്പോൾ ഒരു ഡോക്ടർ പാലിക്കേണ്ടതും അല്ലാത്തതുമായ കാര്യങ്ങളുടെ ഒരു നീണ്ട പട്ടിക തന്നെ ഉണ്ട്. ഈ നിർദ്ദേശങ്ങളിൽ രോഗിയുടെ മുറിയിലേക്ക് പ്രവേശിക്കുന്നതിന് മുമ്പ് അവരുടെ സമ്മതം തേടുന്നതും ഒരു സ്ത്രീ രോഗിയെ കുടുംബാംഗത്തിന്റെ സാന്നിധ്യത്തിൽ മാത്രമേ പരിശോധിക്കാൻ പാടുള്ളൂ എന്ന നിയമങ്ങൾ ഉൾപ്പെടുന്നു.

ഡോക്ടർമാർക്കായി ഇത്തരം പുരോഗമന നിർദ്ദേശങ്ങൾ നൽകുന്ന ഒരു പുരാതന വൈദ്യശാസ്ത്ര ഗ്രന്ഥത്തെ ഒന്ന് സങ്കൽപ്പിച്ചുനോക്കൂ. ഇത് നമ്മളോട് പറയുന്നത് ഒരു സമൂഹമെന്ന നിലയിൽ നാം അത്യന്തം പുരോഗമന ചിന്താഗതിയുള്ളവരും, സംവേദനക്ഷമരും, എല്ലാവരെയും ഉൾക്കൊള്ളുന്നവരും ആയിരുന്നു എന്നാണ്. ഇന്നത്തെ മെഡിക്കൽ കോളേജുകളിൽ നാം ചെയ്യുന്നതുപോലെ, ഡോക്ടർമാരെ പരിശീലിപ്പിക്കുന്ന പ്രക്രിയയും ചരക സംഹിതയിൽ വിശദീകരിച്ചിട്ടുണ്ട്. ഇതിന്റെ അർത്ഥം, പ്രാചീന ഇന്ത്യയിൽ ഭാവി ഡോക്ടർമാരെ പരിശീലിപ്പിക്കാൻ വേണ്ടി മാത്രം സ്ഥാപിച്ച സ്ഥാപനങ്ങൾ ഉണ്ടായിരുന്നു എന്നാണ്.

സുശ്രുതനും ആദ്യകാല ശസ്ത്രക്രിയയും

മറ്റൊരു മഹർഷിയായ സുശ്രുതൻ വൈദ്യശാസ്ത്രത്തെയും ശസ്ത്രക്രിയയെയും കുറിച്ച് ഒരു പുസ്തകം സമാഹരിച്ചു. അദ്ദേഹത്തിന്റെ പുസ്തകം സുശ്രുത സംഹിത എന്നാണ് പേരിലാണ് അറിയപ്പെടുന്നത്. തന്റെ പുസ്തകത്തിൽ, സുശ്രുതൻ വിവിധ ശസ്ത്രക്രിയാ നടപടിക്രമങ്ങൾ വിവരിക്കുന്നു, അതിൽ തിമിരം നീക്കം ചെയ്യുന്നതും കേടുപാടുകൾ സംഭവിച്ച മൂക്കിന്റെ പുനർനിർമ്മാണവും ഉൾപ്പെടുന്നു. രണ്ട് നടപടിക്രമങ്ങളും ഇപ്പോഴും ഏതാണ്ട് സുശ്രുത സംഹിതയിൽ വിവരിച്ചിരിക്കുന്നതുപോലെ തന്നെയാണ് നടത്തപ്പെടുന്നത്. മൂക്കിന്റെ പുനർനിർമ്മാണ പ്രക്രിയ ആധുനിക സൗന്ദര്യ ശസ്ത്രക്രിയ വിഭാഗത്തിൽ പെടുന്നു. അതിനാൽ, പ്രാചീന ഇന്ത്യൻ ശസ്ത്രക്രിയാ

വിദഗ്ധർ ആയിരക്കണക്കിന് വർഷങ്ങൾക്ക് മുമ്പ് തന്നെ സൗന്ദര്യ ശസ്ത്രക്രിയകളും നടത്തിയിരുന്നതായി കാണാം.

സുശ്രുതൻ അക്കാലത്ത് ശസ്ത്രക്രിയാ വിദഗ്ധർ ഉപയോഗിച്ചിരുന്ന വിവിധ ശസ്ത്രക്രിയാ ഉപകരണങ്ങളെ കുറിച്ചും പരാമർശിച്ചിട്ടുണ്ട്. പ്രാചീന ഇന്ത്യയിലെ ഡോക്ടർമാർ വാസ്തവത്തിൽ ശസ്ത്രക്രിയാ ഉപകരണങ്ങൾ ഉപയോഗിച്ചിരുന്നു എന്ന് വായിക്കുമ്പോൾ അത് ഞെട്ടിപ്പിക്കുന്നതായി തോന്നാം! ഔഷധ സസ്യങ്ങളുടെ കണ്ടെത്തലിനെപ്പോലെ തന്നെ, ഈ ഉപകരണങ്ങളും നൂറുകണക്കിന് വർഷങ്ങളിലെ പരീക്ഷണങ്ങളിലൂടെ വികസിപ്പിച്ചെടുത്തവയാകണം. ഈ ഉപകരണങ്ങൾ മെഡിക്കൽ വിദ്യാർത്ഥികൾ ശസ്ത്രക്രിയ പരിശീലിക്കാൻ ഉപയോഗിച്ചിരുന്നു. യുവ വിദ്യാർത്ഥികൾക്ക് തങ്ങളുടെ ശസ്ത്രക്രിയാ സാങ്കേതികവിദ്യകൾ പരിശീലിക്കാൻ പച്ചക്കതിരങ്ങളും മറ്റ് പഴങ്ങളും പച്ചക്കറികളും നൽകിയിരുന്നതായി വിശ്വസിക്കപ്പെടുന്നു. വിവിധ നടപടിക്രമങ്ങൾ പരിശീലിക്കാൻ അവർ ചെറിയ മൃഗങ്ങളെയും ഉപയോഗിച്ചിട്ടുണ്ടാകാം.

പ്രാചീന ഇന്ത്യൻ ആശുപത്രികൾ

വിദ്യാർത്ഥികൾക്ക് വൈദ്യശാസ്ത്രം പഠിപ്പിക്കാൻ ഒരു സംവിധാനം ഉണ്ടായിരുന്നെങ്കിൽ, ശസ്ത്രക്രിയാ നടപടിക്രമങ്ങൾ വിശദീകരിക്കുന്ന പുസ്തകങ്ങൾ, ഡോക്ടർമാർക്കുള്ള ധാർമ്മിക നിയമാവലികൾ ലിസ്റ്റ് ചെയ്യുന്ന പുസ്തകങ്ങൾ, ഔഷധ സസ്യങ്ങളെയും അവയുടെ ഔഷധമായുള്ള ഉപയോഗത്തെയും കുറിച്ച് വിശദീകരിക്കുന്ന ഒരു പൂർണ്ണ പുസ്തകം എന്നിവ ഉണ്ടായിരുന്നെങ്കിൽ, ആശുപത്രികൾ ഉണ്ടായിരുന്നില്ലേ എന്ന് ഒരാൾക്ക് ചോദിക്കാം.

അതിനുള്ള ഉത്തരം ഉണ്ടായിരുന്നു എന്നാണ്. പ്രാചീന ഇന്ത്യയിൽ പൂർണ്ണമായി പ്രവർത്തിക്കുന്ന ആശുപത്രികൾ ഉണ്ടായിരുന്നു, ഈ ആശുപത്രികൾ രോഗികളെ സൗജന്യമായി ചികിത്സിച്ചിരുന്നു. പക്ഷേ ഇത് നമ്മൾ എങ്ങനെ അറിഞ്ഞു? ഈ വിവരം നമുക്ക് ലഭിക്കുന്നത് അഞ്ചാം നൂറ്റാണ്ടിന്റെ തുടക്കത്തിൽ ഇന്ത്യ സന്ദർശിച്ച ചൈനീസ് സഞ്ചാരിയായ ഫാ-ഹിയനിൽ നിന്നാണ്. പ്രാചീന പാടലീപുത്രത്തിൽ (ഇന്നത്തെ പാട്ന) ആർക്കും നടന്നുചെന്ന് ചികിത്സ നേടാവുന്ന ആശുപത്രികൾ ഉണ്ടായിരുന്നതായി ഫാ-ഹിയാൻ തന്റെ ഡയറിയിൽ രേഖപ്പെടുത്തിയിട്ടുണ്ട്. ഈ ആശുപത്രികളിൽ പ്രവേശിപ്പിക്കപ്പെട്ട രോഗികളെ ഡോക്ടർമാർ ചികിത്സിക്കുകയും, മരുന്നും ഭക്ഷണവും നൽകുകയും, സുഖം പ്രാപിച്ചശേഷം ഡിസ്ചാർജ് ചെയ്യുകയും ചെയ്തിരുന്നു.

ആയുർവേദം മറ്റ് ദേശങ്ങളിലേക്ക് യാത്ര ചെയ്യുന്നു

ചരകന്റെയും സുശ്രുതന്റെയും കൃതികൾ വ്യാപാര മാർഗങ്ങളിലൂടെയും വെട്ടിപ്പിടികളിലൂടെയും പാശ്ചാത്യ-പൗരസ്ത്യ ലോകങ്ങളിലേക്ക് എത്തി. ഇന്ത്യൻ വ്യാപാരികൾ കാരക്കോരം വഴി ഹിമാലയം കടന്ന് പ്രാചീന തുർക്കിസ്ഥാനിലെയും ടിബറ്റിലെയും നഗരങ്ങളുമായി വ്യാപാരം നടത്തിയിരുന്നു. വ്യാപാര ബന്ധം വർദ്ധിച്ചതോടെ, ഈ വ്യാപാരികൾ വൈദ്യശാസ്ത്രത്തെയും ശസ്ത്രക്രിയയെയും കുറിച്ചുള്ള അറിവുകളും ഈ സ്ഥലങ്ങളിലേക്ക് കൊണ്ടുപോയി.

എന്നാൽ ഇന്ത്യക്കാർ ആയുർവേദത്തെക്കുറിച്ചുള്ള അറിവ് ടിബറ്റിനും തുർക്കിസ്ഥാനുമായി പങ്കുവെച്ചതായി നമുക്ക് എങ്ങനെ അറിയാം? അഞ്ചാം നൂറ്റാണ്ടിലെ അവസാനകാല ബ്രാഹ്മി ലിപിയിൽ എഴുതപ്പെട്ട ഒരു അപൂർവ കയ്യെഴുത്തുപ്രതി പ്രാചീന തുർക്കിസ്ഥാനിലെ (ഇപ്പോൾ ചൈനയുടെ ഭാഗമായ) സിൻജിയാങ്ങിൽ നിന്ന് കണ്ടെത്തിയിട്ടുണ്ട്. അത് കണ്ടെത്തിയ വ്യക്തിയുടെ പേരിന്റെ അടിസ്ഥാനത്തിൽ ഇതിനെ ബൗവർ മാനുസ്ക്രിപ്റ്റ് എന്ന് വിളിക്കുന്നു.

ബൗവർ മാനുസ്ക്രിപ്റ്റ് വൈദ്യശാസ്ത്രം, ഭാവി പ്രവചനം, മാന്ത്രിക ഉച്ചാരണം എന്നിവയെക്കുറിച്ചുള്ള ഒരു പ്രാചീന ഇന്ത്യൻ കൃതിയാണ്. മാനുസ്ക്രിപ്റ്റിലെ വൈദ്യശാസ്ത്രത്തെ കൈകാര്യം ചെയ്യുന്ന അധ്യായങ്ങൾ ചരക സംഹിതയിലും ഉൾപ്പെടുത്തിയിട്ടുണ്ട്. പ്രാചീന കാലത്ത് തുർക്കിസ്ഥാനിൽ ഇന്ത്യൻ വൈദ്യശാസ്ത്ര സമ്പ്രദായം നന്നായി അറിയപ്പെട്ടിരുന്നുവെന്ന് ഈ ഗ്രന്ഥം നമ്മെ ഓർമ്മപ്പെടുത്തുന്നു.

വിവർത്തനങ്ങളും മറ്റ് വൈദ്യശാസ്ത്രങ്ങളിലുള്ള സ്വാധീനവും

ഇസ്ലാമിക സേനകളുടെ ഉയർച്ചയോടെയും ഏഴാം നൂറ്റാണ്ടിൽ അവർ ഇന്ത്യ ആക്രമിച്ചതോടെയും, വൈദ്യശാസ്ത്രത്തെയും ശസ്ത്രക്രിയയെയും കുറിച്ചുള്ള പുസ്തകങ്ങൾ അധിനിവേശകരുടെ കൈകളിൽ എത്തി. ഈ പുസ്തകങ്ങൾ പിന്നീട് അറബിയിലേക്ക് വിവർത്തനം ചെയ്യപ്പെട്ടു. ഇത് ആയുർവേദത്തിന് സമാനമായ യുനാനി എന്ന സമാന്തര വൈദ്യശാസ്ത്ര ശാഖയുടെ വികസനത്തിനും കാരണമായി.

ഇസ്ലാമിക ആക്രമണ സമയത്ത്, ഇന്ത്യയുടെ ചില അതിർത്തി പ്രദേശങ്ങൾ പിടിച്ചെടുക്കപ്പെടുകയും, അവരുടെ രാജാവ് ഇസ്ലാമിലേക്ക് മതപരിവർത്തനം ചെയ്യപ്പെടുകയും ചെയ്തു. ഈ മതപരിവർത്തനം ചെയ്യപ്പെട്ട രാജാക്കന്മാർ അറബ്

യജമാനന്മാർക്കായി പ്രവർത്തിക്കുകയും, ആയുർവേദം ഉൾപ്പെടെയുള്ള ഇന്ത്യൻ ശാസ്ത്രങ്ങളെക്കുറിച്ചുള്ള അറിവ് അറബികളുമായി പങ്കുവെയ്ക്കുകയും ചെയ്തു. ഈ അറിവ് ഉപയോഗിച്ച്, അറബികൾ ബാഗ്ദാദിൽ അവരുടെ ആദ്യത്തെ ആശുപത്രികൾ സ്ഥാപിച്ചു, അവയെ 'ബിമാരിസ്ഥാൻ' അഥവാ രോഗികളുടെ സ്ഥലം എന്ന് വിളിച്ചു. നിരവധി അറബ്, പേർഷ്യൻ പണ്ഡിതന്മാർ വിവർത്തന ജോലികളും ആരംഭിച്ചു, അവിടെ അവർ ഗണിതശാസ്ത്രം, വൈദ്യശാസ്ത്രം, ജ്യോതിശാസ്ത്രം തുടങ്ങിയവയെക്കുറിച്ചുള്ള ഹിന്ദു ഗ്രന്ഥങ്ങൾ അറബിയിലേക്ക് വിവർത്തനം ചെയ്തു. ഈ വിവർത്തനങ്ങൾ പലരും പിന്നീട് തെറ്റായി വിവർത്തകരുടെ യഥാർത്ഥ കൃതികളാണെന്ന് അവകാശപെടുത്തുകയുണ്ടായി.

ഉദാഹരണത്തിന്, ആധുനിക തെറ്റിദ്ധാരണകളിൽ ചിലതാണ് 'ആധുനിക സംഖ്യാ സമ്പ്രദായത്തിൽ അറബിക് അക്കങ്ങൾ ഉൾക്കൊള്ളുന്നു എന്നുള്ളത് ', അതുപോലെ 'ആധുനിക വൈദ്യശാസ്ത്രത്തിന്റെ പിതാവ് 'അവിസേന' ആണ്, അല്ലെങ്കിൽ 'ഖ്വാരിസ്മി ബീജഗണിതത്തിന്റെ പിതാവാണ്' എന്നിങ്ങനെയുള്ള പ്രസ്താവനകൾ. യഥാർത്ഥത്തിൽ, ഈ പ്രസ്താവനകൾ തെറ്റാണ്. അറബ് വ്യാപാരികൾ ഇന്ത്യയിലെ ഹിന്ദുക്കളിൽ നിന്ന് പഠിച്ച ആധുനിക സംഖ്യാ സമ്പ്രദായം യൂറോപ്പിൽ അവതരിപ്പിക്കുക മാത്രമാണ് ചെയ്തത്. അതുപോലെ, അവിസേനയും ഖ്വാരിസ്മിയും വൈദ്യശാസ്ത്രത്തിലും ഗണിതശാസ്ത്രത്തിലും നിലവിലുള്ള ഹിന്ദു കൃതികളുടെ വിവർത്തകർ മാത്രമായിരുന്നു, പിന്നീട് അവ മറ്റ് യൂറോപ്യൻ ഭാഷകളിലേക്ക് വിവർത്തനം ചെയ്യപ്പെട്ടു.

ആയുർവേദവും വാക്സിനേഷന്റെ കണ്ടുപിടിത്തവും

ആയുർവേദത്തിന്റെ വിഷയത്തിലേക്ക് തിരിച്ചുവരുമ്പോൾ, ചരകസംഹിതയും സുശ്രുതസംഹിതയും അറബിയിലേക്ക് വിവർത്തനം ചെയ്യപ്പെട്ടപ്പോൾ, അവ അറബ് കോളനി സാമ്രാജ്യത്തിന്റെ എല്ലാ മൂലകളിലും എത്തി. യൂറോപ്യന്മാർ കത്തോലിക്കാ സഭയുടെ പിടിയിൽ നിന്ന് മോചിതരായി ശാസ്ത്രീയ പഠനങ്ങൾ ആരംഭിച്ചപ്പോൾ, അവർ ഹിന്ദു ഗ്രന്ഥങ്ങളുടെ അറബിക് വിവർത്തനങ്ങൾ കണ്ടെത്തി. ആയുർവേദം അവയിൽ ഒന്നായിരുന്നു. തുടർന്ന് യൂറോപ്യന്മാർ ആയുർവേദത്തിന്റെ അറിവ് ഉപയോഗിക്കാൻ തുടങ്ങി, ഹിന്ദു വൈദ്യശാസ്ത്ര ഗ്രന്ഥങ്ങൾ വളരെക്കാലം യൂറോപ്യൻ വൈദ്യശാസ്ത്രത്തിന്റെ അടിസ്ഥാനമായി തുടർന്നു.

ആയുർവേദത്തിന് പുറമേ, രോഗപ്രതിരോധ കുത്തിവയ്പ് അഥവാ വാക്സിനേഷൻ എന്ന ആശയവും പാശ്ചാത്യർ ഇന്ത്യക്കാരിൽ നിന്ന്

പഠിച്ചു. യൂറോപ്യന്മാർ ഇന്ത്യ കോളനിവൽക്കരിക്കാൻ തുടങ്ങിയപ്പോൾ, നിരവധി മരണങ്ങൾക്ക് കാരണമായ മാരകമായ വസൂരി തടയാൻ ഇന്ത്യൻ ഡോക്ടർമാർ നാസിക വാക്സിനേഷൻ ഉപയോഗിക്കുന്നത് അവർ നിരീക്ഷിച്ചു. ഉണങ്ങിയ വസൂരി പാട്ടുകൾ പൊടിയാക്കി ആരോഗ്യമുള്ള വ്യക്തിയുടെ മൂക്കിലേക്ക് ഊതുന്നതായിരുന്നു ഈ രീതി. പാട്ടുകളിൽ ദുർബലമായ വൈറസ് അടങ്ങിയിരുന്നതിനാൽ, ഇത് ഒരു ചെറിയ അണുബാധ ഉണ്ടാക്കി, അതിനുശേഷം വ്യക്തിക്ക് പ്രതിരോധശേഷി വികസിച്ചു. ഇത് ആധുനിക അർത്ഥത്തിലുള്ള വാക്സിനേഷൻ അല്ലെങ്കിലും, പിന്നീടുള്ള വികസനങ്ങളെ സ്വാധീനിച്ച രോഗപ്രതിരോധത്തിന്റെ ആദ്യകാല രൂപമായിരുന്നു. ചുരുക്കത്തിൽ, ഇന്ത്യയുടെ വൈദ്യശാസ്ത്ര പാരമ്പര്യങ്ങൾ നൂറ്റാണ്ടുകളായി സ്വന്തം ജനങ്ങൾക്ക് പ്രയോജനം ചെയ്തതിനു പുറമേ, രോഗപ്രതിരോധത്തെക്കുറിച്ചുള്ള ആഗോള ധാരണയ്ക്കും സംഭാവന നൽകി.

Fun Activities

- പാചകത്തിൽ ഉപയോഗിക്കുന്ന സുഗന്ധവ്യഞ്ജനങ്ങളുടെ ഔഷധ മൂല്യത്തെക്കുറിച്ച് നിങ്ങളുടെ മാതാപിതാക്കളോട് ചോദിക്കുക.
- ഏത് അന്താരാഷ്ട്ര കോളേജിന്റെ ക്യാമ്പസിലാണ് സുശ്രുതന്റെ പ്രതിമ ഉള്ളതെന്ന് ഗൂഗിൾ ഉപയോഗിച്ച് കണ്ടെത്തുക.
- കാരക്കോരം ചുരത്തിന്റെ സ്ഥാനം കണ്ടെത്താൻ ഗൂഗിൾ മാപ് ഉപയോഗിക്കുക.
- ഇന്ത്യയിലെ ഇസ്ലാമിക ആക്രമണത്തിനിടെ പിടിച്ചെടുത്ത ബൽഖ് പ്രദേശത്തിന്റെ സ്ഥാനം കണ്ടെത്തുക.
- ഏത് വർഷമാണ് ഇന്ത്യയിൽ വസൂരി നിർമാർജ്ജനം ചെയ്തത്?

ഹിന്ദു ജ്യോതിശാസ്ത്രം

മനുഷ്യർ പാറ്റേണുകൾ മനസ്സിലാക്കുന്നതിൽ വളരെ മികവുള്ളവരാണ്. അവർ നിരീക്ഷിക്കുകയും പഠിക്കുകയും ചെയ്യുന്നു. സൂര്യന്റെയും ചന്ദ്രന്റെയും ഉദയാസ്തമയങ്ങൾ, കാലാവസ്ഥാ മാറ്റങ്ങൾ, ഇലകൾ കൊഴിയുന്നത്, പഴങ്ങൾ പാകമാകുന്നത് - ഇവയെല്ലാം ചക്രീയമായി സംഭവിക്കുന്നു. മനുഷ്യർ ഇത് മനസ്സിലാക്കിയപ്പോൾ, അവർ സമയത്തെ പകലും രാത്രിയും, ആഴ്ചകളും, മാസങ്ങളും, വർഷങ്ങളുമായി വിഭജിച്ചു തുടങ്ങി.

ഈ നിരീക്ഷണ ശേഷിയാണ് നമുക്ക് ആദ്യത്തെ കലണ്ടർ നൽകിയത്. എല്ലാ നിരീക്ഷണങ്ങളിലും മാറ്റങ്ങളിലും വച്ച് ചന്ദ്രന്റെ പാറ്റേണുകൾ മനസ്സിലാക്കാൻ ഏറ്റവും എളുപ്പമായിരുന്നു. ഓരോ ദിവസവും ചന്ദ്രന്റെ ആകൃതിയിൽ മാറ്റം വരുന്നു. അത് പതിനഞ്ച് ദിവസം എന്ന ചെറിയ കാലയളവിൽ പൂർണ്ണ തേജസ്സുള്ള ഡിസ്കിൽ നിന്ന് പൂർണ്ണമായും ഇരുണ്ടതായി മാറുന്നു. ആദിമ മനുഷ്യർ ചന്ദ്രന്റെ ആകൃതിയിലുള്ള മാറ്റങ്ങൾ നിരീക്ഷിച്ച് സമയം വിഭജിച്ചു. അതാണ് മിക്ക പുരാതന കലണ്ടർ സമ്പ്രദായങ്ങളും ചന്ദ്രനെ അടിസ്ഥാനമാക്കി ആയിരുന്നതിന്റെ കാരണം.

ജ്യോതിശാസ്ത്രത്തിലെ പുരോഗതിയും ഹിന്ദു സമയ നിർണ്ണയവും

എന്നാൽ മനുഷ്യരിൽ സംഭവിക്കുന്നതുപോലെ, ലളിതമായ നിരീക്ഷണങ്ങൾ പിന്നീട് തീവ്രമായി പഠിക്കപ്പെട്ടു, പുതിയ ആശയങ്ങൾ കൂട്ടിച്ചേർക്കപ്പെട്ടു, പ്രക്രിയ കൂടുതൽ കൃത്യമായി. പുരാതന ഇന്ത്യക്കാർ വൈദ്യശാസ്ത്രം കണ്ടെത്തുകയും മെച്ചപ്പെടുത്തുകയും ചെയ്തതുപോലെ, അവർ സമയ നിർണ്ണയവും

മെച്ചപ്പെടുത്തി. വൈകാതെ, പുരാതന ഇന്ത്യക്കാർ രാത്രികളിൽ ആകാശം നിരീക്ഷിക്കുകയും സൗരയൂഥത്തിലെ ഗ്രഹങ്ങളെ തിരിച്ചറിയുകയും ചെയ്തു. പുരാതനകാല രാത്രികളിലെ ആകാശം ഇന്നത്തേതിനേക്കാൾ വളരെ വൃത്തിയുള്ളതായിരുന്നു. മലിനീകരണമോ കൃത്രിമ പ്രകാശമോ ഇല്ലാത്തതിനാൽ പുരാതന ഇന്ത്യക്കാർക്ക് ആകാശത്തിലെ ചെറിയ നക്ഷത്രങ്ങളും ഗ്രഹങ്ങളും പോലും കാണാൻ കഴിഞ്ഞു. നക്ഷത്രങ്ങളും, ഗ്രഹങ്ങളും, നക്ഷത്ര രാശികളും രാത്രി ആകാശത്തിൽ അവയുടെ സ്ഥാനങ്ങൾ മാറ്റിക്കൊണ്ടിരിക്കുന്നതായും അവർ നിരീക്ഷിച്ചു. ഇത് പുരാതന ഇന്ത്യൻ ജ്യോതിശാസ്ത്രജ്ഞരെ ഗ്രഹങ്ങളുടെയും നക്ഷത്രങ്ങളുടെയും ചലനം കണക്കാക്കാനും പ്രവചിക്കാനും ഉള്ള മാർഗങ്ങൾ കണ്ടെത്താൻ സഹായിച്ചു.

എല്ലാ ഹിന്ദു ആചാരങ്ങൾക്കും ഒരു ശുഭമുഹൂർത്തമുണ്ടെന്ന് നമുക്കറിയാം. ഈ ശുഭമുഹൂർത്തം, അല്ലെങ്കിൽ മുഹൂർത്തം, തിഥി (അല്ലെങ്കിൽ തീയതി), ഗ്രഹസ്ഥാനങ്ങൾ, നക്ഷത്ര രാശികളുടെ സ്ഥാനം എന്നിവ ഉൾപ്പെടെ നിരവധി ഘടകങ്ങളെ അടിസ്ഥാനമാക്കിയുള്ളതാണ്. അതിനാൽ, ഹവിസ്സ് അർപ്പിക്കാനുള്ള (യാഗങ്ങളിൽ) സമയം കൃത്യമായി കണക്കാക്കാൻ, പുരാതന ഹിന്ദുക്കൾ വളരെയധികം പരിശ്രമിക്കുകയും ജ്യോതിശാസ്ത്രത്തിൽ വിവിധ ഗ്രന്ഥങ്ങൾ രചിക്കുകയും ചെയ്തു. പുരാതന ഇന്ത്യക്കാരുടെ ഹിന്ദു മത ആചാരങ്ങളുടെ ഫലമായാണ് ജ്യോതിശാസ്ത്രത്തിൽ പുരോഗതി ഉണ്ടായതെന്ന് പറയാം.

സൂര്യ സിദ്ധാന്തവും ശാസ്ത്രീയ പുരോഗതികളും

സൂര്യ സിദ്ധാന്തം, ആര്യഭടീയം തുടങ്ങിയ പുസ്തകങ്ങൾ ഈ പുരോഗതികളിൽ വഴി രചിക്കപ്പെട്ടവയാണ്. സൂര്യ സിദ്ധാന്തം പ്രധാനമായും ഗ്രഹചലനങ്ങൾ, അവയുടെ ആകൃതികൾ, അവയുടെ ഭ്രമണപഥങ്ങൾ, സമയ നിർണ്ണയം എന്നിവയെ കുറിച്ച് പ്രതിപാദിക്കുന്നു. ഗ്രഹണങ്ങൾ പ്രവചിക്കുന്നതിനെക്കുറിച്ചും ഇത് പ്രതിപാദിക്കുന്നുണ്ട്. സൂര്യ സിദ്ധാന്തം ഗ്രഹചലനങ്ങളെക്കുറിച്ച് പ്രതിപാദിക്കുന്നതുവഴി, ത്രികോണമിതീയ ഫങ്ഷനുകളുടെ പരിചയപെടുത്തൽ അനിവാര്യമായി. സൂര്യന്റെയും ചന്ദ്രന്റെയും മറ്റ് ഗ്രഹങ്ങളുടെയും ചലനം കണക്കാക്കുന്നതിൽ സൈൻ, വെർസൈൻ, കോസൈൻ ഫങ്ഷനുകളുടെ ഉപയോഗം നമുക്ക് ഈ ഗ്രന്ഥത്തിൽ കാണാം.

സമയ മേഖലകളുടെ ആശയം അവതരിപ്പിച്ച ആദ്യത്തെ ശാസ്ത്രീയ ഗ്രന്ഥമായിരുന്നു സൂര്യ സിദ്ധാന്തം. വിവിധ രേഖാംശങ്ങളിൽ

സമയത്തിലുള്ള വ്യത്യാസം പുരാതന ഇന്ത്യക്കാർക്ക് അറിയാമായിരുന്നു. ലങ്കയിലൂടെ കടന്നുപോകുന്ന പൂജ്യ രേഖാംശത്തെ അടിസ്ഥാനമാക്കി സൂര്യ സിദ്ധാന്തം വിവിധ സ്ഥലങ്ങളിലെ അർധരാത്രി കണക്കാക്കാനുള്ള ഒരു രീതി നിർദ്ദേശിച്ചു.

ഇവിടെ പരാമർശിച്ച ലങ്ക എന്നത് ആധുനിക ശ്രീലങ്കയെ അല്ല സൂചിപ്പിക്കുന്നത്, മറിച്ച് ഭൂമധ്യരേഖയിലെ ഒരു സാങ്കൽപിക സ്ഥാനത്തെയാണ്. ലങ്ക എന്നത് അവന്തി (ആധുനിക ഉജ്ജയിൻ) യുടെ തെക്കുഭാഗത്ത് അതേ രേഖാംശത്തിൽ ഭൂമധ്യരേഖയിലുള്ള ഒരു സ്ഥാനമായി വിവരിക്കപ്പെടുന്നു. അതിനാൽ, ആദ്യത്തെ പ്രധാന മെറിഡിയൻ ഉജ്ജയിനിലാണ് സ്ഥാപിച്ചത്, ഗ്രീൻവിച്ച് (ഇംഗ്ലണ്ട്) അല്ല.

സൂര്യ സിദ്ധാന്തം ഗ്രഹണങ്ങളും അവയുടെ ദൈർഘ്യവും പ്രവചിക്കാനുള്ള സൂത്രവാക്യങ്ങളും നൽകുന്നു. സൂര്യന്റെയും ചന്ദ്രന്റെയും ചലനങ്ങൾ നിരീക്ഷിക്കുന്നതിന് ത്രികോണമിതി ഉപയോഗിച്ചുള്ള സങ്കീർണ്ണമായ ഗണിതശാസ്ത്ര കണക്കുകൂട്ടലുകൾ ആവശ്യമാണെന്നും, കൃത്യതയോടെ ഗ്രഹണം പ്രവചിക്കുന്നതിന് വർഷങ്ങളുടെ പരിശീലനവും കഴിവും ആവശ്യമാണെന്നും ഓർക്കുക. കമ്പ്യൂട്ടറുകളോ കാൽക്കുലേറ്ററുകളോ ഇല്ലാതിരുന്ന കാലത്ത് പ്രാചീന ഇന്ത്യക്കാർ ഗ്രഹങ്ങളുടെ ചലനങ്ങൾ കണക്കാക്കിയിരുന്നു. ഈ ദൗത്യത്തിന്റെ വലിപ്പവും കൃത്യമായ പ്രവചനങ്ങൾ നടത്തിയിരുന്ന പ്രാചീന ശാസ്ത്രജ്ഞരുടെ പ്രതിഭയും നമുക്ക് സങ്കൽപ്പിക്കാവുന്നതാണ്.

ആര്യഭടീയവും ആര്യഭട്ടന്റെ സംഭാവനകളും

ഇന്ത്യൻ ഗണിതശാസ്ത്രജ്ഞനും ജ്യോതിശാസ്ത്രജ്ഞനുമായ ആര്യഭട്ടൻ ആണ് ആര്യഭടീയം രചിച്ചതാണ്. ഇതിൽ ഗ്രഹചലനങ്ങൾ, ത്രികോണമിതി, അളവുകൾ എന്നിവയെക്കുറിച്ചുള്ള കണക്കുകൂട്ടലുകൾ ഉൾപ്പെടുന്നു. ഭൂമി ഗോളാകൃതിയിലാണെന്നും അത് സ്വന്തം അച്ചുതണ്ടിൽ കറങ്ങുന്നുവെന്നും, അത് നക്ഷത്രങ്ങളുടെയും സൂര്യന്റെയും പടിഞ്ഞാറോട്ടുള്ള ചലനത്തിന് കാരണമാകുന്നുവെന്നും നിർദ്ദേശിച്ച ആദ്യ വ്യക്തിയായിരുന്നു ആര്യഭട്ടൻ. അദ്ദേഹത്തിന്റെ കണക്കുകൂട്ടലുകൾ പ്രകാരം, ഭൂമി അതിന്റെ അച്ചുതണ്ടിൽ ഒരു തവണ കറങ്ങാനെടുക്കുന്ന സമയം 23 മണിക്കൂർ, 56 മിനിറ്റ്, 4.1 സെക്കൻഡ് ആണ്, ഇത് ആധുനികകാലത്തെ കണക്കായ 23 മണിക്കൂർ, 56 മിനിറ്റ്, 4.091 സെക്കൻഡുമായി വളരെ അടുത്താണ്.

ആദ്യ അധ്യായത്തിന്റെ അവസാന ശ്ലോകത്തിൽ, ആര്യഭട്ടൻ എഴുതുന്നു, 'ഈ ദശഗീതിക-സൂത്രം അറിഞ്ഞുകൊണ്ട്, ആകാശഗോളത്തിലെ ഭൂമിയുടെയും ഗ്രഹങ്ങളുടെയും ചലനം,

ഗ്രഹങ്ങളുടെയും നക്ഷത്രങ്ങളുടെയും ഭ്രമണപഥങ്ങളിലൂടെ കടന്നുപോയി പരമബ്രഹ്മത്തെ പ്രാപിക്കുന്നു'. ആര്യഭട്ടൻ തന്റെ ജോലിയോട് അത്യധികം സമർപ്പിതനായിരുന്നു എന്ന് ഇത് വ്യക്തമാക്കുന്നു, അത് കൊണ്ടാണ് ഈശ്വരനിൽ പ്രാപിക്കുന്നതിനോട് താരതമ്യപ്പെടുത്തിയത്. ആധുനിക കാലത്തെ ഇന്ത്യൻ ഗണിതശാസ്ത്രജ്ഞനായിരുന്ന ശ്രീനിവാസ രാമാനുജൻ പറഞ്ഞതായി വിശ്വസിക്കപ്പെടുന്ന, 'ഒരു സമവാക്യം ദൈവത്തിന്റെ ചിന്തയെ പ്രകടിപ്പിക്കുന്നില്ലെങ്കിൽ അതിന് ഒരു അർത്ഥവുമില്ല 'എന്ന വാക്യത്തിൽ സമാനമായ സമർപ്പണം കാണാം.

ആര്യഭടീയവും സൂര്യ സിദ്ധാന്തവും നാലാം അല്ലെങ്കിൽ അഞ്ചാം നൂറ്റാണ്ടുകളിൽ രചിക്കപ്പെട്ടവയാണ്. എന്നിരുന്നാലും, ഇന്ത്യൻ ജ്യോതിശാസ്ത്രത്തിന്റെ ചരിത്രം അതിനും നൂറ്റാണ്ടുകൾക്ക് മുമ്പേ തുടങ്ങുന്നു.

ഋഗ്വേദത്തിലെ ജ്യോതിശാസ്ത്രം

ഒരു ശാസ്ത്രമേഖലയായി ജ്യോതിശാസ്ത്രത്തിന്റെ ആദ്യത്തെ തെളിവുകൾ ഋഗ്വേദത്തിൽ നിന്നാണ് നമുക്ക് ലഭിക്കുന്നത്. ഋഗ്വേദത്തിൽ, ഒരു വർഷം പന്ത്രണ്ട് മാസങ്ങളായി വിഭജിച്ചിരിക്കുന്നു, ഓരോ മാസവും ചന്ദ്രന്റെ ക്ഷയിക്കുന്ന, വർദ്ധിക്കുന്ന ഘട്ടങ്ങളെ അടിസ്ഥാനമാക്കി രണ്ട് പക്ഷങ്ങളായി വിഭജിച്ചിരിക്കുന്നു. പരമ്പരാഗത ഹിന്ദു കലണ്ടർ ഇപ്പോഴും വർഷത്തെ പന്ത്രണ്ട് മാസങ്ങളായി വിഭജിക്കാൻ ഇതേ രീതി ഉപയോഗിക്കുന്നു, ഓരോ മാസവും ചന്ദ്രന്റെ ചക്രത്തെ അടിസ്ഥാനമാക്കി രണ്ട് പക്ഷങ്ങളായി വിഭജിച്ചിരിക്കുന്നു. ഋഗ്വേദം സമമായി വിഭജിക്കപ്പെട്ട, അണ്ഡാകൃതിയിലുള്ള പാത പിന്തുടർന്നു ഭൂമിക്ക് ചുറ്റും സഞ്ചരിക്കുന്ന 27 നക്ഷത്രങ്ങളടങ്ങിയ ഒരു ഗ്രൂപ്പിലൂടെയുള്ള ചന്ദ്രന്റെ സഞ്ചാരത്തെക്കുറിച്ചും പരാമർശിക്കുന്നു. നഗ്നനേത്രങ്ങൾക്ക് കാണാൻ കഴിയുന്ന എല്ലാ ഗ്രഹങ്ങളും ഋഗ്വേദത്തിൽ പരാമർശിക്കപ്പെടുന്നുണ്ട്. ഗ്രഹങ്ങളും നക്ഷത്രങ്ങളും കൂടാതെ, ഋഗ്വേദം ഗ്രഹണങ്ങളെക്കുറിച്ചും പരാമർശിക്കുന്നു.

ജ്യോതിശാസ്ത്രപരമായ ഋഗ്വേദത്തിലെ സംഭവങ്ങളും കണക്കുകൂട്ടലുകളും സൂചിപ്പിക്കുന്നത് ഹിന്ദു ജ്യോതിശാസ്ത്രം നിരന്തരം വികസിച്ചുകൊണ്ടിരുന്ന ഒരു ശാസ്ത്രമായിരുന്നുവെന്നും സൂര്യ സിദ്ധാന്തമോ ആര്യഭടീയമോ എഴുതപ്പെടുന്നതിനു മുമ്പേ തന്നെ അത് പ്രയോഗത്തിലുണ്ടായിരുന്നുവെന്നുമാണ്.

ലോകത്തിന്മേൽ ഹിന്ദു ജ്യോതിശാസ്ത്രത്തിന്റെ സ്വാധീനം

അതിനാൽ, ഹിന്ദു ജ്യോതിശാസ്ത്രം പുരാതന കാലത്ത് തന്നെ വളരെ സങ്കീർണ്ണമായ ഒരു ശാസ്ത്രശാഖയായിരുന്നു. ഇന്ത്യയിലെ ഇസ്ലാമിക ആക്രമണത്തിനു ശേഷം, മറ്റ് ഹിന്ദു ഗ്രന്ഥങ്ങളെപ്പോലെ, ജ്യോതിശാസ്ത്രത്തെക്കുറിച്ചുള്ള ഗ്രന്ഥങ്ങളും അറബികളിലേക്ക് എത്തി. അറബികൾ സംസ്കൃത ഗ്രന്ഥങ്ങൾ അറബിയിലേക്ക് വിവർത്തനം ചെയ്തു, അവ അവസാനം യൂറോപ്പിലേക്ക് എത്തി. യൂറോപ്പിൽ അവ വീണ്ടും യൂറോപ്യൻ ഭാഷകളിലേക്ക് വിവർത്തനം ചെയ്യപ്പെട്ടു. സൗരയൂഥത്തെക്കുറിച്ചുള്ള അവരുടെ ധാരണ മെച്ചപ്പെടുത്താൻ അറബികളും യൂറോപ്യരും ഹിന്ദു ജ്യോതിശാസ്ത്ര ഗ്രന്ഥങ്ങൾ ഉപയോഗിച്ചു. നാവിഗേഷനായി നക്ഷത്രങ്ങളെയും ഗ്രഹചലനത്തെയും കുറിച്ചുള്ള അറിവും അവർ ഉപയോഗിച്ചു.

Fun Activities

- നിങ്ങൾക്ക് രാത്രി ആകാശത്ത് ഉർസ മേജർ, ഉർസ മൈനർ എന്നിവ കണ്ടെത്താൻ കഴിയുമോ?
- ഇന്ത്യയുടെ പ്രധാന മെറിഡിയനായി ഉപയോഗിക്കുന്ന രേഖാംശം കണ്ടെത്തുക.

വേരുകളും വർഗ്ഗമൂലങ്ങളും

മനുഷ്യർ സമൂഹങ്ങളിൽ താമസിച്ചു തുടങ്ങിയ അതേ സമയത്തുതന്നെയാണ് ഗണിതശാസ്ത്രം വികസിച്ചുതുടങ്ങിയത് എന്ന് കരുതപ്പെടുന്നു. തൊഴിൽ വിഭജനവും വസ്തുക്കൾ കൈമാറ്റം ചെയ്യേണ്ട ആവശ്യകതയും അടിസ്ഥാന കണക്കുകൂട്ടലുകൾക്കുള്ള ആവശ്യകത സൃഷ്ടിച്ചു, ഉദാഹരണത്തിന് ഒരു തണ്ണിമത്തന് എത്ര ആപ്പിളുകൾ കൈമാറണം എന്ന് നിർണയിക്കുക. ഇതുപോലുള്ള ലളിതമായ ആവശ്യകത പിന്നീട് സങ്കീർണ്ണമായ ഗണിതശാസ്ത്രത്തിന്റെ വികസനത്തിലേക്ക് നയിച്ചു.

ഗണിതശാസ്ത്രവും ഹിന്ദു ആചാരങ്ങളും

ഇന്ത്യൻ ഗണിതശാസ്ത്രത്തിന്റെ പരിണാമം ഹിന്ദുമതവുമായി അടുത്ത് ബന്ധപ്പെട്ടിരിക്കുന്നു. യജ്ഞവേദി എന്ന് വിളിക്കപ്പെടുന്ന അഗ്നികുണ്ഡങ്ങൾ എങ്ങനെ നിർമ്മിക്കണം എന്നതിനെക്കുറിച്ചുള്ള വിശദമായ വിവരണങ്ങൾ നമുക്ക് കാണാൻ കഴിയും. ഇതിൽ ഇഷ്ടികകളുടെ അളവുകൾ, ഇഷ്ടികകളുടെ എണ്ണം, യാഗവേദിയുടെ ആകൃതി, യാഗവേദിയുടെ വിസ്തീർണ്ണം എന്നിവ ഉൾപ്പെടുന്നു. കൃത്യതയോടെ ഒരു യജ്ഞവേദി നിർമ്മിക്കുന്നതിന്, ജ്യാമിതി, ത്രികോണമിതി, അളവെടുപ്പ്, ഭിന്നസംഖ്യകൾ തുടങ്ങിയ ഗണിതശാസ്ത്രത്തിന്റെ വിവിധ മേഖലകളിൽ വിപുലമായ അറിവ് ആവശ്യമാണ്.

ചില യജ്ഞവേദികൾ വ്യത്യസ്ത ആകൃതികളിൽ എന്നാൽ ഒരേ വിസ്തീർണ്ണത്തോടെ നിർമ്മിക്കേണ്ടതുണ്ടായിരുന്നു (ഉദാ. ഒരേ വിസ്തീർണ്ണമുള്ള എന്നാൽ വ്യത്യസ്ത ആകൃതികളിലുള്ള രണ്ട് യജ്ഞവേദികൾ - ഒരു സമചതുരവും ഒരു വൃത്തവും). ഒരു സമചതുരത്തിന്റെ വിസ്തീർണ്ണത്തെ ഒരു വൃത്തത്തിന്റെ വിസ്തീർണ്ണമാക്കി

മാറ്റുന്നതിന്, ഒരാൾക്ക് പൈയുടെ മൂല്യം അറിഞ്ഞിരിക്കണം. ഈ പ്രശ്നം ഇന്ത്യൻ ഗണിതശാസ്ത്രജ്ഞരെ പൈയുടെ മൂല്യം കണക്കാക്കുന്നതിലേക്ക് നയിച്ചു.

പൂജ്യത്തിന്റെയും വലിയ സംഖ്യകളുടെയും സങ്കൽപം

ഹിന്ദു തത്വശാസ്ത്ര സങ്കൽപങ്ങളായ കാലത്തിന്റെ ചക്രീയ സ്വഭാവം, ശൂന്യത, അനന്തത എന്നിവ ഇന്ത്യൻ ഗണിതശാസ്ത്രജ്ഞരെ സ്ഥാനസൂചകമായി പൂജ്യം എന്ന ആശയം രൂപീകരണത്തിലേയ്ക്ക് നയിച്ചു. ഋതുക്കളുടെ മാറ്റങ്ങളിലും സൂര്യചന്ദ്രന്മാരുടെ സ്ഥാനങ്ങളിലും ഹിന്ദു തത്വചിന്തകർ ചക്രീയ സ്വഭാവം കണ്ടപ്പോൾ, കാലം തന്നെ ചക്രീയമാണെന്നും 2000 അല്ലെങ്കിൽ 5000 വർഷങ്ങളിൽ കാലത്തെ അളക്കാൻ കഴിയില്ലെന്നും അവർ തിരിച്ചറിഞ്ഞു. ഇത് യുഗങ്ങളുടെയും കൽപങ്ങളുടെയും സങ്കൽപത്തിന് വഴിവെച്ചു - ഇവ ഓരോന്നിനും ലക്ഷക്കണക്കിന് വർഷങ്ങളുള്ള കാലചക്രങ്ങളാണ്. ഉദാഹരണത്തിന്, ഒരു കൽപ ചക്രത്തിൽ 1.6798 കോടി വർഷങ്ങളുണ്ട്! അത് ഒരു ചക്രം മാത്രം. പ്രകൃതി സൃഷ്ടിക്കപ്പെടുകയും നശിപ്പിക്കപ്പെടുകയും വീണ്ടും സൃഷ്ടിക്കപ്പെടുകയും ചെയ്യുന്ന അനന്തമായ കൽപ ചക്രങ്ങളിലൂടെയാണ്.

ഈ സങ്കൽപങ്ങൾ വിശദീകരിക്കാൻ, ഹിന്ദുക്കൾക്ക് വലിയ സംഖ്യകൾ എഴുതാനുള്ള കഴിവ് ആവശ്യമായിരുന്നു, അത് സ്ഥാനസൂചകമായി പൂജ്യത്തിന്റെ കണ്ടുപിടിത്തത്തിലേക്ക് നയിച്ചു. പൂജ്യത്തിന്റെ ഏറ്റവും പഴയ രേഖപ്പെടുത്തിയ തെളിവ് ബക്ഷാലി കയ്യെഴുത്തുപ്രതി എന്നറിയപ്പെടുന്ന ഒരു ഗ്രന്ഥത്തിന്റെ താളുകളിൽ നിന്നാണ് നമുക്ക് ലഭിക്കുന്നത്. ബക്ഷാലി എന്ന ചെറിയ ഗ്രാമത്തിൽ (ഇപ്പോൾ പാകിസ്ഥാനിൽ) കണ്ടെത്തിയതിനാലാണ് ഈ കയ്യെഴുത്തുപ്രതിക്ക് അങ്ങനെ പേരിട്ടത്. ഈ കയ്യെഴുത്തുപ്രതി ബിർച്ച് തൊലിയിൽ സംസ്കൃതത്തിൽ, ശാരദ ലിപി ഉപയോഗിച്ചാണ് എഴുതിയിരിക്കുന്നത്. 2017-ൽ ഓക്സ്ഫോർഡ് യൂണിവേഴ്സിറ്റി നടത്തിയ കയ്യെഴുത്തുപ്രതിയുടെ താളുകളുടെ കാർബൺ ഡേറ്റിംഗ്, പൂജ്യം ഒരു കുത്തായി സൂചിപ്പിച്ചിരിക്കുന്ന ചില താളുകൾ ക്രിസ്തുവർഷം മൂന്നാം നൂറ്റാണ്ടായി വെളിപ്പെടുത്തിയിട്ടുണ്ട്.

ഇന്ത്യൻ ഗണിതശാസ്ത്രത്തിന്റെ പടിഞ്ഞാറോട്ടുള്ള വ്യാപനം

അങ്ങനെ, പുരാതന ഇന്ത്യക്കാർ ജ്യോതിശാസ്ത്രപരമായ സംഖ്യകൾ എഴുതിക്കൊണ്ടിരിക്കുമ്പോൾ, പാശ്ചാത്യ സംസ്കാരങ്ങൾക്ക്

പൂജ്യത്തിന്റെ സങ്കൽപ്പം ഇല്ലാതിരുന്നതിനാൽ ജ്യോതിശാസ്ത്രത്തിൽ മുന്നേറ്റങ്ങൾ നടത്താൻ കഴിഞ്ഞില്ല. പന്ത്രണ്ടാം നൂറ്റാണ്ടിൽ ഒരു അറബ് വ്യാപാരിയിലൂടെ ഹിന്ദു അക്കങ്ങൾ യൂറോപ്പിലെത്തിയപ്പോൾ മാത്രമാണ് അവർ പൂജ്യം ഉപയോഗിക്കാൻ തുടങ്ങിയത്. അൾജീരിയയിൽ താമസിച്ച് ജോലി ചെയ്തിരുന്ന ഇറ്റാലിയൻകാരനായ ഫിബൊനാച്ചിക്കാണ് ഹിന്ദു അക്കങ്ങൾ യൂറോപ്പിലേക്ക് പരിചയപ്പെടുത്തിയത്. അൾജീരിയയിൽ ഫിബൊനാച്ചി ഒരു അറബ് വ്യാപാരിയെ കണ്ടുമുട്ടി. വ്യാപാരി അദ്ദേഹത്തിന് ഹിന്ദു അക്കങ്ങളെക്കുറിച്ച് പഠിപ്പിച്ചു. പിന്നീട്, ഫിബൊനാച്ചി ലിബർ അബാസി എന്ന പേരിൽ ഗണിതശാസ്ത്രത്തെക്കുറിച്ച് ഒരു പുസ്തകം എഴുതി. ഇത് ലാറ്റിൻ ഭാഷയിലായിരുന്നു എഴുതിയിരുന്നത്. അതിൽ അദ്ദേഹം അടുത്തിടെ പഠിച്ച ഹിന്ദു അക്കങ്ങളെക്കുറിച്ച് പരാമർശിച്ചിട്ടുണ്ട്.

അൽജിബ്ര, ക്വാഡ്രാറ്റിക് സമവാക്യങ്ങൾ, ത്രികോണമിതി, കാൽക്കുലസ് തുടങ്ങിയ ഇന്ത്യൻ ഗണിതശാസ്ത്ര സങ്കൽപ്പങ്ങൾ അറബ് വ്യാപാരികളിലൂടെയും പിന്നീട് ക്രിസ്ത്യൻ മിഷനറിമാരിലൂടെയും യൂറോപ്പിലെത്തിയപ്പോൾ, യൂറോപ്യന്മാർ അവ ഉപയോഗിക്കാനും വികസിപ്പിക്കാനും തുടങ്ങി. പൂജ്യവും വലിയ സംഖ്യകൾ സങ്കൽപ്പിക്കാനും എഴുതാനുമുള്ള കഴിവും പ്രത്യേകിച്ചും, ഇന്ത്യൻ ഗണിതശാസ്ത്ര സങ്കൽപ്പങ്ങൾ ലോകത്തിന് മഹത്തായ സാങ്കേതിക പുരോഗതി കൈവരിക്കാൻ സഹായിച്ചു. നിങ്ങൾക്കറിയാവുന്നതുപോലെ, ഹിന്ദുക്കൾ ജ്യോതിശാസ്ത്രവും വികസിപ്പിച്ചു, അതിന് ഗണിതശാസ്ത്രത്തിന്റെ, പ്രത്യേകിച്ച് ത്രികോണമിതി ഫങ്ഷനുകളുടെ ആഴത്തിലുള്ള അറിവ് ആവശ്യമായിരുന്നു.

അങ്ങനെ ഈ ലോകത്തെ മികച്ച രീതിയിൽ ജീവിക്കാൻ പറ്റിയ ഒരു സ്ഥലമാക്കിയ നെർഡുകളുടെ ഒരു സംഘമായിരുന്നു ഇന്ത്യൻ ഗണിതശാസ്ത്രജ്ഞർ എന്ന് നമുക്ക് പറയാം. ഇന്ത്യ ലോകത്തിന് പൂജ്യം നൽകിയതുകൊണ്ട് മാത്രമാണ് എല്ലാ ആധുനിക ഡിജിറ്റൽ നവീകരണങ്ങളും സാധ്യമായത്!

Fun Activities
• പരുന്ത് ആകൃതിയിലുള്ള യജ്ഞവേദിയെക്കുറിച്ച് അറിയാൻ ഗൂഗിൾ ഉപയോഗിക്കുക.

ഭാഗം III

പുരാതന ഇന്ത്യക്കാർ സുവർണദ്വീപിലേക്ക് യാത്ര ചെയ്യുന്നു

ഇന്ത്യ താണ്ടിയുള്ള യാത്രകൾ

ഇന്ത്യയുടെ ചരിത്രത്തെക്കുറിച്ച് നമ്മുക്ക് അറിയാം, ഉദാഹരണത്തിന് നമ്മുടെ പുരാതന നാഗരികതകൾ, രാജ്യങ്ങൾ, രാജാക്കന്മാർ, യുദ്ധങ്ങൾ, തുടങ്ങി ധാരാളം കാര്യങ്ങൾ നമുക്കെല്ലാവർക്കും അറിയാം. എന്നാൽ നമ്മുടെ ചരിത്രം നമ്മുടെ അതിർത്തികൾക്കപ്പുറത്തേക്കും നീളുന്നുണ്ടെന്ന് നിങ്ങൾക്കറിയാമോ?

മുൻ വിഭാഗങ്ങളിൽ, സിന്ധു സരസ്വതി സംസ്കാരം എങ്ങനെ വളർന്നുവെന്നും തളർന്നുവെന്നും, പഴയ പാരമ്പര്യങ്ങൾ തുടരുമ്പോൾ തന്നെ പുതിയ സാംസ്കാരിക പാരമ്പര്യങ്ങൾക്ക് അവ എങ്ങിനെ വഴിമാറിക്കൊടുത്തുവെന്നും നാം അന്വേഷിച്ചു. നൂറ്റാണ്ടുകളിലൂടെ പ്രാചീന ഇന്ത്യക്കാർ കലകൾ, ശാസ്ത്രം, ഗണിതം, വൈദ്യശാസ്ത്രം എന്നിവയിൽ ശ്രദ്ധേയമായ സംഭാവനകൾ നൽകിയതും നാം കണ്ടു. എന്നാൽ ഈ ബൗദ്ധികവും കലാപരവുമായ പുരോഗതികൾക്കൊപ്പം, ചരിത്രത്തിന്റെ മറ്റൊരു നിർണായക വശം കൂടി അനാവരണം ചെയ്യപ്പെട്ടു—പ്രാചീന ഇന്ത്യക്കാരുടെ മാതൃഭൂമിക്കപ്പുറത്തേക്കുള്ള യാത്രകൾ.

പ്രാചീന ഇന്ത്യക്കാരുടെ സാഹസിക യാത്രകൾ

ആദിചരിത്ര കാലം മുതൽ തന്നെ ഇന്ത്യക്കാർ വിദൂര സ്ഥലങ്ങളിലേക്ക് യാത്ര ചെയ്യുമായിരുന്നു. അവർ പുതിയ വാസസ്ഥലങ്ങൾ കണ്ടെത്താനും, കൃഷി ചെയ്യാൻ വളക്കൂറുള്ള ഭൂമി കണ്ടെത്താനും, വ്യാപാരത്തിന് അനുയോജ്യമായ നഗരങ്ങൾ കണ്ടെത്താനും പുറപ്പെട്ടു. ഈ യാത്രകളിൽ, അവർ പുതിയ ആളുകളെ കണ്ടുമുട്ടുകയും, സൗഹൃദങ്ങൾ രൂപപ്പെടുത്തുകയും വഴി സംസ്കാരം, ഭാഷ, ആചാരങ്ങൾ എന്നിവ കൈമാറുകയും ചെയ്തു. ഈ സാംസ്കാരിക കൈമാറ്റ പ്രക്രിയ ദീർഘവും സാവധാനവുമായിരുന്നു. പക്ഷെ സ്ഥായിയായ ഒരു സ്വാധീനം ചെലുത്താൻ നൂറുകണക്കിന് വർഷങ്ങൾ എടുത്തു.

പ്രാചീന ഇന്ത്യക്കാർ പടിഞ്ഞാറോട്ട് മെസപ്പൊട്ടേമിയയിലേക്കും ആധുനിക തുർക്കിയുടെ അയൽ പ്രദേശങ്ങളിലേക്കും യാത്ര ചെയ്തു. അവർ വടക്കോട്ട് ടിബറ്റിലേക്കും ചൈനയിലേക്കും കിഴക്കു സുവർണദ്വീപ് എന്ന പുരാതന ദേശത്തേക്കും (ഇപ്പോൾ തെക്കുകിഴക്കൻ ഏഷ്യ എന്നറിയപ്പെടുന്നു) യാത്ര ചെയ്തു. ഈ യാത്രകൾ ആവേശകരവും അപകടകരവുമായിരുന്നു. യാത്രക്കാർ പലപ്പോഴും അവരുടെ ലക്ഷ്യസ്ഥാനങ്ങളിൽ എത്താൻ മഞ്ഞുമൂടിയ പർവതങ്ങളും കൊടുങ്കാറ്റുള്ള കടലുകളും മുറിച്ചുകടക്കേണ്ടതായിട്ടുവന്നു. ചില സമയങ്ങളിൽ അപകടങ്ങൾ സംഭവിക്കുകയും ആളുകൾ മരിക്കുകയും ചെയ്യുമായിരുന്നു. എന്നാൽ യാത്രയിലെ ഈ അപകടങ്ങൾ ധീരരായ പുരുഷന്മാരെയും സ്ത്രീകളെയും പുതിയ ലക്ഷ്യസ്ഥാനങ്ങളിലേക്ക് യാത്ര ചെയ്യുന്നതിൽ നിന്ന് തടഞ്ഞില്ല.

സുവർണദ്വീപിന്റെ ആകർഷണം

ഈ ഭാഗത്തിൽ നമ്മുക്ക് പ്രാചീന ഇന്ത്യക്കാരുടെ സുവർണദ്വീപിലേക്കുള്ള ഉദ്വെകജനകമായ യാത്രകളെ അടുത്തറിയാം. അവിടെ അവർ കാലാവർത്തിയായ സാംസ്കാരിക ബന്ധങ്ങൾ സ്ഥാപിച്ചു. പക്ഷെ ഇന്ത്യക്കാർ പടിഞ്ഞാറുള്ള മറ്റ് പ്രദേശങ്ങളിലേക്കും യാത്ര ചെയ്തിരുന്നു അപ്പോൾ സുവർണദ്വീപിനെക്കുറിച്ച് മാത്രം ഇത്ര വിസ്തരിച്ചു ഒരു ഭാഗം എന്തിനാണ്?

ഇന്ത്യയുമായുള്ള ശക്തമായ സാംസ്കാരിക, മതപരമായ ബന്ധങ്ങൾക്ക് പ്രാധാന്യമുള്ള ഒരു പ്രദേശമാണ് സുവർണ്ണദ്വീപ് അഥവാ തെക്കുകിഴക്കൻ ഏഷ്യ. അവിടുന്നുള്ള വ്യാപാരം ഇന്ത്യയ്ക്കും പടിഞ്ഞാറൻ പ്രദേശങ്ങൾക്കും സാമ്പത്തിക സമൃദ്ധി കൊണ്ടുവന്നപ്പോൾ, സുവർണദ്വീപ് ഇന്ത്യൻ സംസ്കാരവും മതവും പൂർണമായി സ്വീകരിച്ചു. അത് 2,000 വർഷത്തിലധികം നീണ്ടുനിന്ന ഒരു ബന്ധത്തിലേക്ക് നയിച്ചു. തെക്കുകിഴക്കൻ ഏഷ്യയിലെ രാജാക്കന്മാർ ഇന്ത്യയിലെ മതത്തെ പോഷിപ്പിക്കുകയും, ഇന്ത്യയിൽ ക്ഷേത്ര നിർമ്മാണത്തിന് പണം സംഭാവന ചെയ്യുകയും, അതുവഴി മലാക്ക കടലിടുക്കിന്റെ ഇരുവശങ്ങളിലും സംസ്കാരം സമ്പന്നമാക്കുകയും ചെയ്തു.

തെക്കുകിഴക്കൻ ഏഷ്യയിൽ ഇന്ത്യയുടെ സാംസ്കാരിക പൈതൃകം

2000 വർഷങ്ങൾക്ക് ശേഷവും ഹിന്ദുമതത്തിന്റെയും ബുദ്ധമതത്തിന്റെയും അടയാളങ്ങൾ തെക്കുകിഴക്കൻ ഏഷ്യൻ

പാരമ്പര്യങ്ങളിൽ ആഴത്തിൽ വേരൂന്നിയിരിക്കുന്നു. തെക്കുകിഴക്കൻ ഏഷ്യ ഇപ്പോഴും ലോകത്തിലെ മറ്റേതൊരു പ്രദേശത്തേക്കാളും സാംസ്കാരികമായി ഇന്ത്യയോട് അടുത്താണ് നിൽക്കുന്നത്. ഇത്രയും കാലമായി നിലനിൽക്കുന്ന ബന്ധങ്ങൾ സുവർണദ്വീപിനെ ഇന്ത്യയുടെ ചരിത്രപരമായ സ്വാധീനത്തിന്റെ അടയാളമാക്കുന്നു. ഈ ഭാഗത്തിന്റെ അവസാനത്തോടെ, പ്രാചീന ഇന്ത്യക്കാരുടെ യാത്രകൾ അവരുടേതിനപ്പുറമുള്ള സംസ്കാരങ്ങളെ എങ്ങനെ രൂപപ്പെടുത്തിയെന്നും, ഇന്നും പ്രതിധ്വനിക്കുന്ന ഒരു സ്വാധീനം എങ്ങനെ ഉണ്ടാക്കിയെന്നും നിങ്ങൾ കാണും.

കണ്ടെത്തലിന്റെ അത്ഭുതകരമായ യാത്ര നമുക്ക് ആരംഭിക്കാം.

വ്യാപാരത്തിന്റെയും സംസ്കാരത്തിന്റെയും സുവർണ്ണഭൂമി

സുവർണദ്വീപ് എന്താണ്? അത് എവിടെയാണ് സ്ഥിതി ചെയ്യുന്നത്? അവിടെ എങ്ങനെ എത്തിച്ചേരാം? അവിടെ എന്തൊക്കെ ചെയ്യാൻ കഴിയും? അത് ഒരു വിനോദസഞ്ചാര കേന്ദ്രമാണോ? 'സുവർണദ്വീപ്' എന്ന പേര് കേൾക്കുമ്പോൾ ഈ ചോദ്യങ്ങൾ മനസ്സിൽ വന്നേക്കാം. ഈ അത്ഭുതകരമായ സ്ഥലത്തെക്കുറിച്ച് നമുക്ക് പരിശോധിക്കാം.

പേരിന് പിന്നിലെ അർത്ഥം

സുവർണദ്വീപ് എന്നത് 'സ്വർണ', 'ദ്വീപ്' എന്ന രണ്ട് വാക്കുകൾ ചേർത്തുണ്ടാക്കി ഒരു പുരാതന സംസ്കൃത പദമാണ്. സുവർണ എന്നത് സ്വർണ്ണത്തിന്റെ സംസ്കൃത പദമാണ്. എന്നാൽ എന്തുകൊണ്ടാണ് ആ ദ്വീപിനെ സുവർണദ്വീപ് എന്ന് വിളിച്ചത്? ദ്വീപിൽ സ്വർണ്ണ ഖനികൾ ഉണ്ടായിരുന്നോ? ഈ ചോദ്യത്തിന്റെ ഉത്തരം അതൊരു ഉപമയാണ് എന്നുള്ളതാണ്.

സ്വർണ്ണ നിറമുള്ളതും, വിലപ്പെട്ടതും, ലാഭകരമായതുമായ ഏതൊന്നിനെയും പൊതുവേ സ്വർണ്ണം അല്ലെങ്കിൽ സ്വർണ്ണമായി നമ്മൾ പറയാറുണ്ട്. ഗോതമ്പിന്റെ പാകമായ വിളവിന് സ്വർണ്ണ-തവിട്ട് നിറമാണുള്ളത്, ഇത് കർഷകന് വിപണിയിൽ നല്ല ആദായത്തിൽ വിൽക്കാൻ കഴിയുന്നതിനാൽ കർഷകൻ ഗോതമ്പിനെ സ്വർണ്ണമായി കണക്കാക്കുന്നു. കുരുമുളകിനെ പലപ്പോഴും കറുത്ത സ്വർണ്ണം എന്നാണ് വിളിക്കാറ്, കാരണം അവ വിലയേറിയതാണ്, മറ്റ് മിക്ക വിളകളെക്കാളും യൂണിറ്റിന് കൂടുതൽ പണം ലഭിക്കുന്നു. അതുപോലെ, പുരാതന ഇന്ത്യക്കാർ മലായ ദ്വീപസമൂഹത്തെയും അതിന്റെ ചുറ്റുമുള്ള

പ്രദേശത്തെയും സുവർണദ്വീപ് എന്ന് വിളിച്ചു, അതിന്റെ സമ്പന്നമായ പ്രകൃതി വിഭവങ്ങളും അവർ അവിടെ നടത്തിയ ലാഭകരമായ വ്യാപാരവും തന്നെ അതിന് കാരണം.

മലായ ദ്വീപസമൂഹം: ഇന്ത്യയുടെ കിഴക്കൻ വ്യാപാര കേന്ദ്രം

മലായ ദ്വീപസമൂഹം അന്തമാൻ നിക്കോബാർ ദ്വീപുകളുടെ തെക്ക് കിഴക്കായി സ്ഥിതി ചെയ്യുന്നു. ഇത് ഒരു ദ്വീപ് മാത്രമല്ല, മറിച്ച് ഒരു കൂട്ടം ദ്വീപുകളാണ്, ആ കാലത്ത് ആ പ്രദേശവും മുഴുവനും സുവർണദ്വീപ് എന്നാണ് അറിയപ്പെട്ടിരുന്നത്. ഈ പ്രദേശം പുരാതന ഇന്ത്യക്കാർക്കിടയിൽ വളരെ ജനപ്രിയമായിരുന്നു, നിരവധി ഇന്ത്യക്കാർ വ്യാപാര ആവശ്യങ്ങൾക്കായി വർഷംതോറും അവിടെ സഞ്ചരിച്ചിരുന്നു.

ആദ്യകാല ഇന്ത്യക്കാർ ഇന്ത്യയുടെ കിഴക്കൻ തീരത്ത് നിന്ന് മലായ ദ്വീപസമൂഹത്തിലേക്ക് യാത്ര ചെയ്തു. ഇന്ത്യൻ വ്യാപാരികൾ കപ്പൽ യാത്ര ആരംഭിച്ച രണ്ട് പ്രധാന പ്രദേശങ്ങൾ ഉണ്ടായിരുന്നു. ആദ്യത്തേത് ഗംഗാ-ബ്രഹ്മപുത്ര ഡെൽറ്റയിൽ നിന്നും, അതായത് ഒഡീഷയിൽ അടുത്ത് നിനന്നായിരുന്നു. രണ്ടാമത്തേത് തമിഴ്നാട് തീരത്തിനും തെക്കൻ ആന്ധ്രാപ്രദേശിനും ഇടയിലായിരുന്നു.

വ്യാപാരത്തിന്റെയും സാംസ്കാരിക കൈമാറ്റത്തിന്റെയും നാട്

വ്യാപാരികൾ അവരുടെ ചരക്കുകളുമായി വള്ളങ്ങളിൽ കയറി ഇന്ത്യയുടെ തീരത്തിനോട് ചേർന്ന് സഞ്ചരിച്ചു. ആദ്യകാല വള്ളങ്ങൾക്ക് നേരിട്ട് ഉയർന്ന കടൽ മുറിച്ചുകടക്കാൻ ആവശ്യമായ ശക്തി ഇല്ലാതിരുന്നതിനാൽ, അവർ ഇന്ത്യയുടെ തീരത്തിനോട് വളരെ അടുത്ത് സഞ്ചരിച്ച് മലാക്ക കടലിടുക്കിലേക്കും അതിനപ്പുറത്തേക്കും പോയി. ക്രമേണ, പുരാതന ഇന്ത്യക്കാർ വലിയതും മികച്ചതുമായ വള്ളങ്ങൾ നിർമ്മിക്കാൻ തുടങ്ങി, അവയ്ക്ക് തീരത്തിനോട് ചേർന്ന് സഞ്ചരിക്കാതെ തന്നെ കടൽ നേരിട്ട് മുറിച്ചുകടക്കാൻ കഴിയുമായിരുന്നു. ഇത് കടൽ കടക്കുന്ന സമയം ഗണ്യമായി കുറച്ചു, എന്നാൽ അതോടൊപ്പം തന്നെ കലുഷിതമായ ഉയർന്ന തിരമാലകൾ ഉള്ള കടലിൽ നാവിഗേറ്റ് ചെയ്യുന്നതിന്റെ അപകടസാധ്യതയും വർദ്ധിപ്പിച്ചു.

സുവർണദ്വീപിലെ അവരുടെ ലക്ഷ്യസ്ഥാനത്ത് എത്തിയശേഷം ചരക്കുകൾ ഇറക്കി, അവിടുന്ന് മറ്റ് ചരക്കുകൾ ഉണ്ടാക്കാനുള്ള അസംസ്കൃത വസ്തുക്കൾകൊണ്ട് തിരിച്ചു ഇന്ത്യയിൽ കൊണ്ടുവന്നു.

ഈ വ്യാപാരം നിരവധി നൂറ്റാണ്ടുകളോളം നീണ്ടുനിന്നു, അവസാനം ഇത് അഗാധമായ സാംസ്കാരിക കൈമാറ്റങ്ങളിലേക്ക് നയിച്ചു. ഇനി സുവർണദ്വീപിന്റെ അത്ഭുതകരമായ ലോകം പ്രാചീന ഇന്ത്യയിൽ സാംസ്കാരിക കൈമാറ്റത്തിന്റെ കേന്ദ്രമായി മാറിയത് എങ്ങനെയെന്ന് നമുക്ക് ഒന്ന് വിശകലനം ചെയ്യാം.

Fun Activities

- ഗൂഗിൾ മാപ് ഉപയോഗിച്ച് മലയാ ദ്വീപസമൂഹം കണ്ടെത്തുക.
- മലാക്ക കടലിടുക്ക് കണ്ടെത്താൻ ഗൂഗിൾ മാപ് ഉപയോഗിക്കുക.

പുതിയ ചക്രവാളങ്ങൾ തേടുന്നു

പുരാതന കാലത്ത്, യാത്ര ചെയ്യാനുള്ള മികച്ച റൂട്ടുകളോ വിമാനങ്ങളോ ട്രെയിനുകളോ കണ്ടെത്താൻ സഹായിക്കുന്ന ഗ്ലൂഗിൾ ഉണ്ടായിരുന്നില്ല! വാസ്തവത്തിൽ, വിമാനങ്ങളോ ട്രെയിനുകളോ തന്നെ ഉണ്ടായിരുന്നില്ല. പകരം, ജനങ്ങൾ അവരുടെ പൂർവികരുടെ മുൻകാല അനുഭവങ്ങളെ ആശ്രയിക്കുകയോ അവരുടെ സ്വന്തം പാതകൾ കണ്ടെത്തുകയോ ആണ് ചെയ്തിരുന്നത്.

അക്കാലത്ത്, വരൾച്ച, ക്ഷാമം, പകർച്ചവ്യാധികൾ എന്നിവ കാരണം ജനങ്ങൾ പുതിയ സ്ഥലങ്ങളിലേക്ക് മാറിക്കൊണ്ടിരുന്നു. ജീവിക്കാൻ ആവശ്യമായ ഭക്ഷണവും രോഗങ്ങളിൽ നിന്നുള്ള സംരക്ഷണവും പ്രതീക്ഷിച്ചാണ് അവർ പുതിയ സ്ഥലങ്ങൾ കണ്ടെത്തിയിരുന്നത്. അത്തരം യാത്രകളിൽ, ജനങ്ങൾ സ്വാഭാവികമായും പുതിയ കാര്യങ്ങളും സംസ്കാരങ്ങളും കണ്ടുമുട്ടും. അവർ ഈ അനുഭവങ്ങൾ അവരുടെ മക്കളോ കൊച്ചുമക്കളോ ആയി പങ്കുവെക്കുകയും ചെയ്യും. ഇങ്ങനെയാണ് ഒരു ജനവിഭാഗമോ സമൂഹമോ കൂട്ടായ ഓർമ്മ വികസിപ്പിക്കുന്നത്.

സംഘടിത ഓർമ്മകളുടെ ശക്തി

സംഘടിത ഓർമ്മ എന്നത് ഒരു സമൂഹം ഒരു കൂട്ടമായി ഓർമ്മിക്കുന്ന ഒന്നാണ്, അതിന് കാരണം ഈ ഓർമ്മകൾ തലമുറകളിലൂടെ കൈമാറ്റം ചെയ്യപ്പെട്ടിട്ടുള്ളതാണ് - തങ്ങളുടെ മാതാപിതാക്കൾ പറഞ്ഞുകേട്ട അറിവുകൾ തങ്ങളുടെ അടുത്ത തലമുറയ്ക്ക് പങ്കിട്ടത്. ഈ ആശയം നമ്മുക്ക് ഒരു ഉദാഹരണത്തിലൂടെ മനസ്സിലാക്കാം. ഹിന്ദുമതം, ജൈനമതം, ബുദ്ധമതം തുടങ്ങിയ ഇന്ത്യൻ മതങ്ങൾ അവരുടെ മതവും സംസ്കാരവും അതിപുരാതന കാലത്തോളം നീളുന്നുവെന്ന് വളരെക്കാലമായി വിശ്വസിച്ചുപോരുന്നു. അത് തെളിയിക്കാൻ ഭൗതിക

തെളിവുകൾ ഇല്ലാതിരുന്നിട്ടും അവർ ഇത് വിശ്വസിച്ചിരുന്നു. അത് ഒരു കൂട്ടായ ഓർമ്മയായിരുന്നു. എന്നാൽ, ഖനനങ്ങളും പുരാതന കൈയെഴുത്തുപ്രതികളുടെ വിവർത്തനങ്ങളും വഴി, ഈ മൂന്ന് മതങ്ങളും വാസ്തവത്തിൽ ആയിരക്കണക്കിന് വർഷങ്ങൾ പഴക്കമുള്ളതാണെന്ന് ശാസ്ത്രീയമായി സ്ഥിരീകരിച്ചു. ഒരു വിധത്തിൽ, ഭൗതിക തെളിവുകൾ ഇന്ത്യക്കാരുടെ ദീർഘകാലമായി നിലനിന്നിരുന്ന കൂട്ടായ ഓർമ്മയെ ശരിവച്ചു.

യാത്രകളുടെ പിന്നിലെ ശാസ്ത്രം

പുരാതന ഇന്ത്യക്കാർക്ക് അവരുടെ മാതാപിതാക്കളും പിതാമഹന്മാരും കടൽയാത്രകളെക്കുറിച്ചും വിദൂര സ്ഥലങ്ങളിലേക്ക് നാവികയാത്ര നടത്തിയതിനെക്കുറിച്ചുള്ള പല കഥകളും പറഞ്ഞുകൊടുത്തിരുന്നു. ഈ കൂട്ടായ ഓർമ്മ സമൂഹത്തിലെ കടൽയാത്രയ്ക്ക് അടിസ്ഥാനമായി പ്രവർത്തിച്ചു. ലഭ്യമായ വിവരങ്ങളെ അടിസ്ഥാനമാക്കി, അവർ കാലാകാലങ്ങളിൽ തങ്ങളുടെ മുൻപ് സഞ്ചരിച്ചവർ പോയതിൽ കൂടുതൽ ദൂരം പോകാനും പുതിയ സ്ഥലങ്ങൾ കണ്ടെത്താനും ശ്രമിക്കും. ഇത്തരം അനേകം അന്വേഷണങ്ങൾ ഒടുവിൽ പുരാതന ഇന്ത്യക്കാർ മലയ ദ്വീപസമൂഹത്തിലേക്കുള്ള കടൽമാർഗം കണ്ടെത്തുന്നതിലേക്ക് നയിച്ചു. ഓർക്കുക, കൂടുതൽ ദൂരം പോകുന്നതും പുതിയ സ്ഥലങ്ങൾ കണ്ടെത്തുന്നതുമായ ഈ പ്രക്രിയ കുറച്ച് മാസങ്ങൾകൊണ്ട് സംഭവിച്ചതല്ല, അത് ദീർഘമായ ഒരു പ്രക്രിയയായിരുന്നു. ഓരോ പുതിയ സ്ഥലങ്ങളും കണ്ടെത്താൻ പതിറ്റാണ്ടുകളോ നൂറ്റാണ്ടുകളോ എടുത്തിട്ടുണ്ടാകാം.

പുതിയ സ്ഥലങ്ങളുടെയും കടൽമാർഗങ്ങളുടെയും കണ്ടെത്തൽ വെറും കൂട്ടായ ഓർമ്മയുടെ ഫലംമാത്രമായിരുന്നില്ല. പുരാതന ഇന്ത്യക്കാർ ആഴക്കടലിൽ നാവികയാത്ര നടത്താൻ ജ്യോതിശാസ്ത്രവും സമുദ്രശാസ്ത്രവും ഉപയോഗിച്ചിരുന്നു. നക്ഷത്രങ്ങളുടെ സ്ഥാനങ്ങൾ നാവികരെ ശരിയായ പാത പിന്തുടരാൻ സഹായിച്ചു. പുരാതന ഇന്ത്യക്കാർ ശാസ്ത്രം വികസിപ്പിച്ച ഉൽപ്പന്നങ്ങൾ ഉപയോഗിച്ച് മതപരമായ ആവശ്യങ്ങൾക്കായി കടലിലൂടെ യാത്ര ചെയ്തു വ്യാപാരം നടത്തിയത് ഒന്ന് സങ്കൽപിച്ചു നോക്കൂ! അവർ സമുദ്രത്തിലെ പ്രവാഹങ്ങളും കടലിന്റെ കാലാവസ്ഥാ സാഹചര്യങ്ങളും മനസ്സിലാക്കിയിരുന്നു. അവരുടെ ലക്ഷ്യസ്ഥാനങ്ങളിലേക്ക് വേഗത്തിൽ യാത്ര ചെയ്യാൻ ഈ അറിവുകൾ അവർ ഉപയോഗിച്ചിരുന്നു.

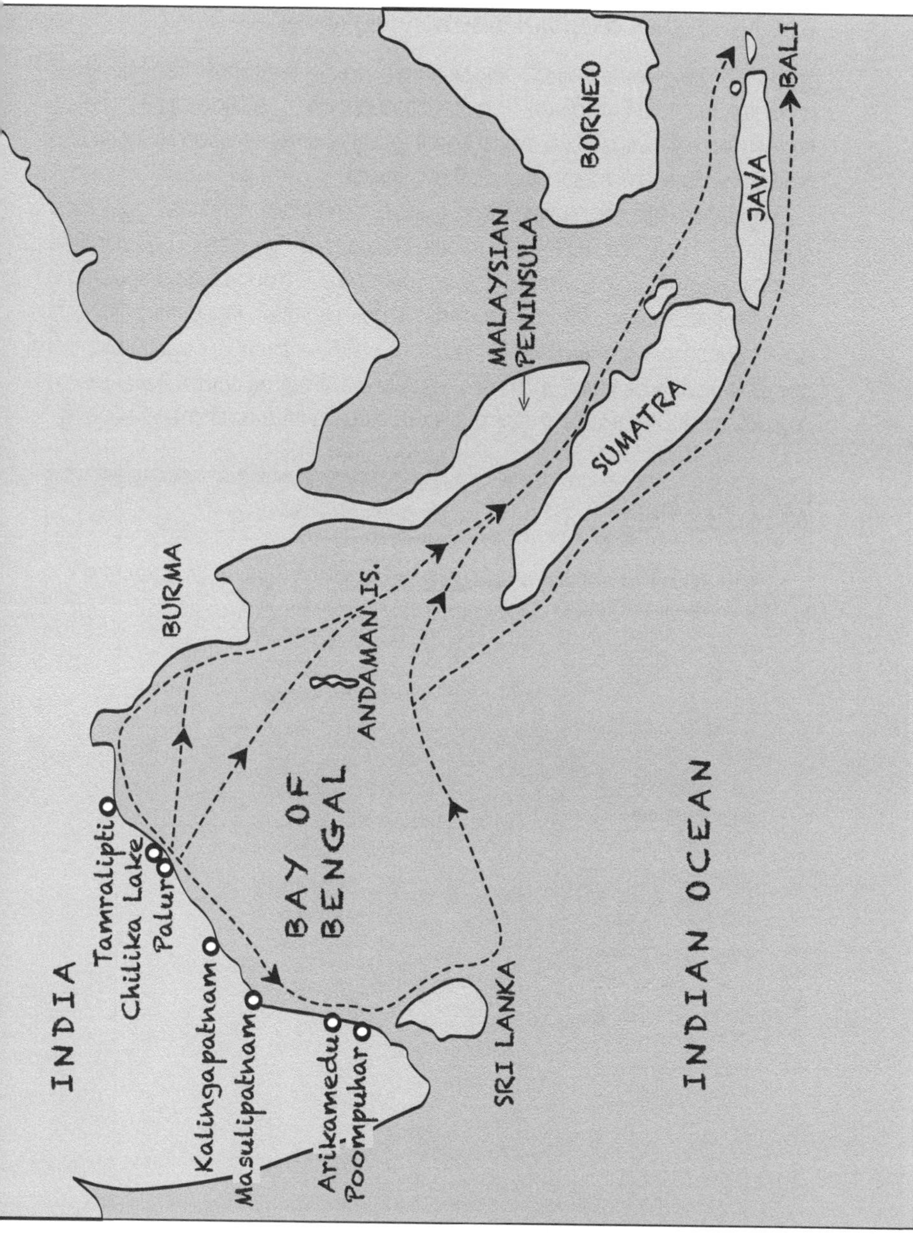
INDIA
Tamralipti
Chilika Lake
Palur
Kalingapatnam
Masulipatnam
Arikamedu
Poompuhar
BURMA
BAY OF BENGAL
ANDAMAN IS.
SRI LANKA
INDIAN OCEAN
MALAYSIAN PENINSULA
SUMATRA
BORNEO
JAVA
BALI

പുതിയ സ്ഥലങ്ങളിലെത്തുമ്പോളുള്ള ത്രില്ല്

ഈ ദ്വീപുകളിലൊന്നിൽ ആദ്യമായി കാലുകുത്തിയ ആളുകളുടെ സന്തോഷം നിങ്ങൾക്ക് സങ്കൽപ്പിക്കാൻ കഴിയുമോ? നീൽ ആംസ്ട്രോങ് ചന്ദ്രനിൽ ആദ്യമായി കാലുകുത്തിയപ്പോൾ അനുഭവിച്ച സന്തോഷത്തിന് സമാനമായിരിക്കും അത്.

സുവർണദ്വീപിലേക്കുള്ള മാർഗ്ഗം കണ്ടെത്തിയതോടെ, കൂടുതൽ ആളുകൾ ആ വഴിയിലൂടെ യാത്ര ചെയ്യാൻ തുടങ്ങി. പ്രാദേശിക ജനതയുമായി വ്യാപാര ബന്ധങ്ങൾ സ്ഥാപിക്കുകയുംപണം സമ്പാദിക്കുകയുമായിരുന്നു ലക്ഷ്യം. സാംസ്കാരിക കൈമാറ്റത്തിന്റെയുംസംയോജനത്തിന്റെയും ഒരു ദീർഘമായ പ്രക്രിയയുടെ തുടക്കമായിരുന്നു ഇത്. ഇന്ന് തെക്കുകിഴക്കൻ ഏഷ്യ എന്നറിയപ്പെടുന്ന സുവർണദ്വീപിലെങ്ങും ഇന്ത്യയുടെ ചെറിയ പതിപ്പുകൾ സൃഷ്ടികപ്പെട്ടു.

Fun Activities
• തെക്കുകിഴക്കൻ ഏഷ്യയിലുള്ള രാജ്യങ്ങൾ ഏതൊക്കെയാണ്?

അപരിചിതരിൽ നിന്ന് സുഹൃത്തുക്കളിലേക്ക്

പുതിയ ആളുകളെ കാണുന്നത് എപ്പോഴും ആകർഷകമാണ്. ഒരു പുതിയ സ്ഥലത്തോ നഗരത്തിലോ സന്ദർശിക്കുമ്പോൾ, പുതിയ ആളുകളെ കാണുമ്പോൾ നിങ്ങൾക്ക് എപ്പോഴെങ്കിലും ഉത്സാഹം തോന്നിയിട്ടുണ്ടോ? ആദ്യം അങ്ങനെ തോന്നിയിട്ടില്ലായിരിക്കാം - ആദ്യം നിങ്ങൾക്ക് അസ്വസ്ഥത തോന്നിയിരിക്കാം. എന്നാൽ വൈകാതെ, നിങ്ങൾ പുതിയ സുഹൃത്തുക്കളെ സമ്പാദിച്ചു, അവരുമൊത്തു കളിച്ചു, കുറച്ച് പുതിയ കളികൾ പോലും പഠിച്ചുവെന്ന് വരും.

ആദ്യ കൂടിക്കാഴ്ചകൾ

പുതിയ സ്ഥലങ്ങളിലേക്ക് യാത്ര ചെയ്യുമ്പോൾ മുതിർന്നവരുടെ കാര്യവും ഇതുതന്നെയാണ്. ആദ്യത്തെ കുറച്ച് ഇടപെടലുകൾ ഔപചാരികമാണ്, എന്നാൽ കാലക്രമേണ, സൗഹൃദങ്ങൾ രൂപപ്പെടുകയും സാഹോദര്യത്തിന്റെ ബന്ധങ്ങൾ സ്ഥാപിക്കപ്പെടുകയും ചെയ്യുന്നു. ഈ ബന്ധങ്ങൾ അവരെ ഇണങ്ങിച്ചേരാനും അവരുമൊത്തു ജോലികൾ ചെയ്യാനും സഹായിക്കുന്നു.

തെക്കുകിഴക്കൻ ഏഷ്യയിലെ ദ്വീപുകളിൽ എത്തിയ ആദ്യ ഇന്ത്യക്കാർ പ്രാദേശികരിൽ നിന്ന് കുറച്ച് എതിർപ്പ് നേരിട്ടിട്ടുണ്ടാകാം എന്ന് നമ്മുക്ക് ഊഹിക്കാം. എന്തായാലും, അപരിചിതർ അവരുടെ ഇടത്തിലേക്ക് വരുമ്പോൾ ആളുകൾക്ക് ആശങ്ക തോന്നാറുണ്ട്. എന്നാൽ ഇന്ത്യക്കാർ സൗഹൃദമുള്ളവരാണെന്നും ഉപദ്രവിക്കാൻ ഉദ്ദേശിക്കുന്നില്ലെന്നും ദ്വീപുവാസികൾ മനസ്സിലാക്കിയപ്പോൾ ഈ ആശങ്ക വൈകാതെ അപ്രത്യക്ഷമായി.

വ്യാപാരവും സൗഹൃദവും

പതുക്കെ ഇന്ത്യക്കാർ പ്രാദേശികരുമായി വ്യാപാര ബന്ധങ്ങൾ സ്ഥാപിക്കാൻ തുടങ്ങുകയും കൂടുതൽ ആഴത്തിലുള്ള ബന്ധങ്ങൾ ഉണ്ടാക്കുകയും ചെയ്തു. ഇന്ത്യക്കാർക്ക് വ്യാപാരത്തിൽ നിന്ന് പല അസംസ്കൃത വസ്തുക്കൾ ലഭിച്ചതുവഴി പ്രയോജനം ലഭിച്ചു. അതേസമയം ദ്വീപുവാസികൾക്ക് മൺപാത്രങ്ങൾ, തുണിത്തരങ്ങൾ, കാർഷിക ഉൽപ്പന്നങ്ങൾ തുടങ്ങിയ സാധനങ്ങൾ ലഭിച്ചു. ഇത് എല്ലാവർക്കും ഗുണകരമായിരുന്നു. പരസ്പരം പ്രയോജനകരമായ ഈ ബന്ധം വിവിധ ദ്വീപുകളിൽ വ്യാപാര കേന്ദ്രങ്ങൾ സ്ഥാപിക്കാൻ ഇന്ത്യക്കാരെ സഹായിച്ചു. ഈ കേന്ദ്രങ്ങൾ അവരുടെ ഓഫീസുകളും വീടുകളുമായി പ്രവർത്തിച്ചു, അവിടെ അവർക്ക് താമസിച്ച് ജോലി ചെയ്യാൻ കഴിഞ്ഞു.

പുരാതന ഇന്ത്യക്കാർ പുതിയ ദ്വീപുകൾ കണ്ടെത്തുകയും അത്തരം ബന്ധങ്ങൾ രൂപപ്പെടുത്തുകയും ചെയ്തതായി തോന്നുന്നുണ്ടെങ്കിലും, അത്തരം ബന്ധങ്ങൾ നമ്മൾ വിചാരിക്കുന്നത് പോലെ എല്ലായ്പ്പോഴും സുഗമമായി പ്രവർത്തിച്ചിട്ടില്ല എന്നറിയുക.

കൊളംബസും വാസ്കോ ഡ ഗാമയും

ഇന്ത്യയിലേക്കുള്ള ഒരു പുതിയ കടൽമാർഗം കണ്ടെത്താൻ ലോകം ചുറ്റി നാവികയാത്ര നടത്തിയ ക്രിസ്റ്റഫർ കൊളംബസിന്റെ സാഹസിക യാത്രകളെക്കുറിച്ച് നിങ്ങൾ വായിച്ചിട്ടുണ്ടാകും. കൊളംബസ് ജനോവയിൽ നിന്നുള്ളവനായിരുന്നു (ഇന്നത്തെ ഇറ്റലിയുടെ ഭാഗം), പോർച്ചുഗൽ രാജ്യത്ത് താമസമാക്കുകയും തന്റെ യാത്രകൾക്കായി കൊളംബസിനു സ്പെയിനിലെ കത്തോലിക്ക രാജാക്കന്മാരിൽ നിന്ന് ധനസഹായം ലഭിക്കുകയും ചെയ്തു.

ഒരു വ്യാപാരിയായ കൊളംബസ് ബിസിനസിനായി യൂറോപ്പിലും പടിഞ്ഞാറൻ ആഫ്രിക്കയിലും വ്യാപകമായി സഞ്ചരിച്ചു. യൂറോപ്പ് ഇറക്കുമതി ചെയ്ത എല്ലാ ചരക്കുകളിലും വെച്ച് ഏറ്റവും വിലയേറിയതും ഏറെ ആവശ്യമുള്ളതുമായിരുന്നു ഇന്ത്യയിൽ നിന്നുള്ള സുഗന്ധവ്യഞ്ജനങ്ങൾ. എന്നാൽ, യൂറോപ്പിൽ നിന്ന് ഇന്ത്യയിലേക്കുള്ള പഴയ കരമാർഗങ്ങൾ ഒന്നുകിൽ അടച്ചിരിക്കുകയോ അല്ലെങ്കിൽ ഉയർന്ന നികുതി ഈടാക്കുകയോ അതുമല്ലെങ്കിൽ അതിലൂടെയുള്ള യാത്ര അപകടകരമോ ആയിരുന്നു.

മംഗോളിയൻ ആക്രമണം മധ്യ ഏഷ്യയിലും യൂറോപ്പിന്റെ ചില ഭാഗങ്ങളിലും യാത്ര വളരെ അപകടം നിറഞ്ഞതവയാക്കി. മംഗോളുകൾ വ്യാപാര കാരവനുമേലെ ഭീമമായ നികുതികൾ ഏർപ്പെടുത്തുകയും

പലപ്പോഴും അവരെ കൊള്ളയടിക്കുകയും വ്യാപാരികളെ കൊല്ലുകയും ചെയ്തു.

കൂടാതെ യൂറോപ്പിന്റെ കരമാർഗം നിയന്ത്രിച്ചിരുന്ന ബൈസന്റൈൻ സാമ്രാജ്യം, മധ്യ ഏഷ്യയിൽ നിന്നുള്ള ഒട്ടോമാൻ ഇസ്ലാമിക ശക്തികളുടെ നിരന്തര ആക്രമണങ്ങൾ കാരണം തകർന്നു. ആ സാഹചര്യങ്ങളിൽ, യൂറോപ്യന്മാർ ഇന്ത്യയിലേക്ക് ഒരു പുതിയ മാർഗ്ഗം അത്യാവശ്യമായി തേടി, ഇത് ക്രിസ്റ്റഫർ കൊളംബസും വാസ്കോ ഡ ഗാമയും തമ്മിലുള്ള കടൽമാർഗം കണ്ടെത്താനുള്ള മത്സരത്തിലേക്ക് നയിച്ചു. ഓർക്കുക, പതിനഞ്ചാം നൂറ്റാണ്ടിൽ വടക്കേ തെക്കേ അമേരിക്കകളെ കുറിച്ച് ആർക്കും അറിവുണ്ടായിരുന്നില്ല. ഈ മത്സരത്തിൽ, കൊളംബസ് അമേരിക്ക കണ്ടെത്തി, അതേസമയം വാസ്കോ ഡ ഗാമ ഇന്ത്യൻ വ്യാപാരികളുടെ സഹായത്തോടെ ഇന്ത്യയിലേക്ക് സഞ്ചരിച്ചു.

പ്രാചീന ഇന്ത്യക്കാർ സുവർണദ്വീപ് കണ്ടെത്താൻ കടന്നുപോയ ദീർഘമായ പ്രക്രിയയിൽ നിന്ന് വ്യത്യസ്തമായി, കൂടുതൽ വേഗതയുള്ള യാത്രകളായിരുന്നു അതെല്ലാം. കൊളംബസ് തന്റെ യാത്ര ആരംഭിച്ച സമയത്ത്, നാവികവിദ്യയും കപ്പൽ നിർമ്മാണവും പുതിയ ഉയരങ്ങളിൽ എത്തിയിരുന്നു. കപ്പലുകൾ ഇപ്പോൾ സമുദ്രങ്ങളിലൂടെ ദീർഘയാത്രകൾ നടത്താൻ കഴിയുന്നവയായിരുന്നു. അവ കുറച്ച് സ്റ്റോപ്പുകൾ മാത്രം എടുത്തു കാലാവസ്ഥാ രീതികളുടെയും സമുദ്ര പ്രവാഹങ്ങളുടെയും പ്രയോജനം ഉപയോഗപ്പെടുത്തി.

യൂറോപ്യൻ പര്യവേക്ഷണത്തിന്റെ സ്വാധീനം

കൊളംബസ് ഒരു ദ്വീപിൽ ഇറങ്ങിയപ്പോൾ ഇന്ത്യയിൽ എത്തിയെന്ന് വിശ്വസിച്ച് പ്രാദേശികരെ ഇന്ത്യക്കാർ എന്ന് സംബോധന ചെയ്യാൻ തുടങ്ങി. എന്നാൽ തുടർന്ന് അവിടെ നടന്നത് പ്രാചീന ഇന്ത്യക്കാർ സുവർണദ്വീപിലെ ജനങ്ങളുമായി സംവദിച്ച രീതിയിൽ നിന്ന് വളരെ വ്യത്യസ്തമായിരുന്നു. കൊളംബസ് സ്പെയിനിലേക്ക് മടങ്ങി, അതിനുശേഷം മറ്റ് യൂറോപ്യന്മാർ അമേരിക്കൻ ഭൂഖണ്ഡത്തിൽ എത്തിത്തുടങ്ങി.

അമേരിക്കയിൽ യൂറോപ്യന്മാരുടെ വരവ് പ്രാദേശികർക്ക് അല്ലെങ്കിൽ തദ്ദേശീയർക്ക് ദുഷ്കരമായി മാറി. യൂറോപ്യന്മാർ അവരുടെ ഭൂമിയും വിഭവങ്ങളും കൈക്കലാക്കാൻ പ്രാദേശികരെ കൊല്ലാൻ തുടങ്ങി! അവർ പലരെയും അടിമകളാക്കി അവരുടെ സ്വർണ്ണ ഖനികളും മറ്റ് പ്രകൃതി വിഭവങ്ങളും കൈക്കലാക്കി. ചില കണക്കുകൾ പ്രകാരം, 1500 മുതൽ 1650 വരെയുള്ള വർഷങ്ങൾക്കിടയിൽ സ്പെയിൻ മാത്രം അമേരിക്കയിൽ നിന്ന് ഏകദേശം 181 ടൺ (1,81,000

കിലോഗ്രാം) സ്വർണ്ണവും 16,000 ടൺ (1,60,00,000 കിലോഗ്രാം) വെള്ളിയും എടുത്തുകൊണ്ടുപോയി കൊള്ളയടിക്കൽ നൂറുകണക്കിന് വർഷങ്ങളോളം തുടർന്നു, യൂറോപ്യന്മാർ അവരുടെ നിയന്ത്രണം വിപുലീകരിക്കാനും കോളനികൾ സ്ഥാപിക്കാനും പ്രാദേശികരുമായി പോരാട്ടുകയും ചെയ്തു. അക്രമത്തിന്റെ ഫലമായി പല പ്രാദേശിക ഗോത്രങ്ങൾക്കും വംശനാശം സംഭവിച്ചു.

യൂറോപ്യന്മാർ അമേരിക്കയിൽ പ്രവേശിക്കുന്നതിന് മുമ്പ്, അമേരിക്കയിലെ തദ്ദേശ ജനസംഖ്യ ലോകത്തിന്റെ മറ്റ് ഭാഗങ്ങളിൽ നിന്ന് ഒറ്റപ്പെട്ടിരുന്നു, ഈ കാരണത്താൽ വിദേശികൾ കൊണ്ടുവന്ന പല രോഗങ്ങളും അവരെ ദുർബലരാക്കി. നാഷണൽ ലൈബ്രറി ഓഫ് മെഡിസിൻ, നാഷണൽ ഇൻസ്റ്റിറ്റ്യൂട്ട് ഓഫ് ഹെൽത്ത് (യുഎസ്എ) പ്രകാരം, മീസിൽസ്, മംപ്സ്, ചിക്കൻപോക്സ്, സ്മോൾപോക്സ്, ഡിഫ്തീരിയ, ഇൻഫ്ലുവൻസ, ന്യുമോണിയ, ടൈഫോയിഡ്, സാധാരണ ജലദോഷം തുടങ്ങിയ രോഗങ്ങൾ ആയിരക്കണക്കിന് നേറ്റീവ് അമേരിക്കക്കാരെ കൊന്നു. പ്രാദേശികരുടെ മൊത്തത്തിലുള്ള അവസ്ഥ അത്യന്തം ദയനീയമായിരുന്നു. ഇന്ന്, യുണൈറ്റഡ് സ്റ്റേറ്റ്സ് ഓഫ് അമേരിക്ക, കാനഡ എന്നീ ആധുനിക രാജ്യങ്ങൾ തദ്ദേശീയരിൽ നിന്ന് കവർന്നെടുത്ത ഭൂമിയിലാണ് നിർമ്മിച്ചിരിക്കുന്നത്.

ഇന്ത്യയിൽ വന്ന വാസ്കോ ഡ ഗാമയും വ്യത്യസ്തനായിരുന്നില്ല. അദ്ദേഹവും കേരളത്തിലെ രാജാവുമായി യുദ്ധം ആരംഭിച്ചു. ഇന്ത്യയിൽ യൂറോപ്യന്മാരുടെ വരവ് അവസാനം 1600-കളിൽ ഇന്ത്യയുടെ ബ്രിട്ടീഷ് കോളനിവൽക്കരണത്തിലേക്ക് നയിച്ചു.

സുവർണദ്വീപിലെ സമാധാനപരമായ ബന്ധം

സുവർണദ്വീപിലേക്ക് തിരികെ വരുമ്പോൾ, ഇന്ത്യക്കാരും പ്രാദേശിക ജനതയും തമ്മിലുള്ള സമ്പർക്കം സൗഹാർദ്ദപരമായിരുന്നു. ചെറിയ സംഘർഷങ്ങൾ ഉണ്ടായിട്ടുണ്ടാകാമെങ്കിലും, ആകെത്തോതിൽ, അമേരിക്കകളിൽ യൂറോപ്യന്മാർ നടത്തിയതുപോലുള്ള ക്രൂരതകൾ ഇന്ത്യക്കാർ ചെയ്തിരുന്നില്ല.

വിവിധ ദ്വീപുകളിൽ കോളനികൾ സ്ഥാപിച്ച പുരാതന ഇന്ത്യൻ വ്യാപാരികൾ സാംസ്കാരിക കൈമാറ്റം പ്രോത്സാഹിപ്പിച്ചു, കാലക്രമേണ, പ്രാദേശിക ജനസംഖ്യ ഇന്ത്യൻ സംസ്കാരവും ഭാഷയും മതവും സ്വീകരിച്ചു തുടങ്ങി. ആദ്യത്തെ ഇന്ത്യൻവൽക്കരിക്കപ്പെട്ട രാജ്യമായ ഫുനാൻ, ഇപ്പോഴത്തെ കംബോഡിയയിൽ സ്ഥാപിതമായി. നൂറ്റാണ്ടുകൾക്കിടയിൽ, മലേഷ്യൻ ദ്വീപസമൂഹം മുഴുവനും ഫിലിപ്പീൻസിന്റെ ചില ഭാഗങ്ങളും ഇന്ത്യൻവൽക്കരിക്കപ്പെട്ടു.

വാസ്തവത്തിൽ, തെക്കുകിഴക്കൻ ഏഷ്യ മുഴുവനും ഇന്ത്യയുമായി അടുത്ത് ബന്ധപ്പെട്ടിരിക്കുകയും ഇന്ത്യയുടെ ശക്തമായ സ്വാധീനം ഉണ്ടാവുകയും ചെയ്തു.

Fun Activities

- റോമിൽ നിന്ന് ഡൽഹിയിലേക്കുള്ള കരമാർഗം ഒരു മാപ്പ് ഉപയോഗിച്ച് അടയാളപ്പെടുത്തുക.
- സ്വർണ്ണത്തിന്റെ നിലവിലെ മൂല്യം കണ്ടെത്തി സ്പെയിൻ മോഷ്ടിച്ച സ്വർണ്ണം ഇന്ന് എത്ര വിലമതിക്കുമെന്ന് കണക്കാക്കുക.
- ഇന്ത്യയിലെ ഒരു ദ്വീപിൽ താമസിക്കുന്ന ഒറ്റപ്പെട്ട ഗോത്രത്തിന്റെ പേരും സ്ഥാനവും തിരിച്ചറിയുക.

സുവർണദ്വീപിലെ ഇന്ത്യയുടെ പാദമുദ്രകൾ

വ്യത്യസ്ത സംസ്കാരങ്ങൾ ഒരുമിച്ചുവരുമ്പോൾ ധാരാളം സാംസ്കാരിക കൈമാറ്റം നടക്കുന്നു. ജനങ്ങൾ പരസ്പരം ഭാഷകൾ, മതങ്ങൾ, ഭക്ഷണരീതികൾ, സംസ്കാരങ്ങൾ എന്നിവയെക്കുറിച്ച് അറിയുന്നു. പുരാതന ഇന്ത്യക്കാർ സുവർണദ്വീപിലെ ജനങ്ങളുമായി സൗഹൃദം സ്ഥാപിച്ചപ്പോൾ സംഭവിച്ചത് അതാണ്. സുവർണദ്വീപിൽ ജാതിക്ക, ഗ്രാമ്പു പോലുള്ള അത്ഭുതകരമായ സുഗന്ധവ്യഞ്ജനങ്ങൾ ഉണ്ടായിരുന്നു, അവ ഇന്ത്യൻ വ്യാപാരികൾ ഇന്ത്യയിലെ വിപണികളിൽ വിൽക്കുന്നതിനായി വാങ്ങി. പിന്നീട് അതിൽ നിന്ന് കുറച്ച് പശ്ചിമേഷ്യ, ഈജിപ്ത്, യൂറോപ്പ് എന്നിവിടങ്ങളിലേക്ക് കയറ്റുമതി ചെയ്തു. സുവർണദ്വീപിൽ നിന്ന് ഇന്ത്യയിൽ കൊണ്ടുവന്നതായി കരുതപ്പെടുന്ന മറ്റ് സുഗന്ധവ്യഞ്ജനങ്ങളും സസ്യങ്ങളും അടക്കമരം, ചന്ദനം, ഇഞ്ചി എന്നിവയാണ്. ഇന്നും ഹിന്ദു മതാചാരങ്ങളിൽ ഇവ മൂന്നും അവിഭാജ്യ ഘടകമാണെന്ന് ഓർക്കുക.

സുവർണദ്വീപിന് ഇന്ത്യയുടെ സമ്മാനങ്ങൾ

ഇന്ത്യൻ വ്യാപാരികൾ സുവർണദ്വീപ് പ്രദേശത്ത് അരി എത്തിച്ചു, അത് പിന്നീട് തെക്കുകിഴക്കൻ ഏഷ്യയിലെ എല്ലാ ജനങ്ങളുടെയും പ്രധാന ഭക്ഷണമായി മാറി. ഇന്ത്യൻ വ്യാപാരികൾ തെക്കുകിഴക്കൻ ഏഷ്യയിൽ ചക്കയും കൊണ്ടുവന്നു. ഇന്ത്യയും തെക്കുകിഴക്കൻ ഏഷ്യയും തമ്മിലുള്ള സാംസ്കാരിക ബന്ധം ദ്വീപ് പ്രദേശത്ത് ഇരുമ്പിന്റെ അവതരണത്തിനും കാരണമായി. സുവർണദ്വീപ് പ്രദേശത്തെ ഇരുമ്പ് പ്രധാനമായും ചൈനീസ് സൈന്യത്തെ

നേരിടാനുള്ള ആയുധങ്ങൾ നിർമ്മിക്കാനാണ് ഉപയോഗിച്ചിരുന്നതെന്ന് ചരിത്രകാരന്മാർ വിശ്വസിക്കുന്നു. പിന്നീട്, അത് കൃഷിയിലും ഉപയോഗിച്ചു. അതിന്റെ അതിശക്തമായ ബലം കാരണം, പ്രദേശത്തെ കട്ടിയുള്ള വനങ്ങൾ വെട്ടിത്തെളിക്കാനുള്ള കോടാലി, അരിവാൾ പോലുള്ള ഉപകരണങ്ങൾക്ക് അത് അനുയോജ്യമായിരുന്നു. കൃഷി വിപുലീകരിക്കുന്നതിനായി ഭൂമി വെട്ടിത്തെളിക്കാൻ ഈ ഉപകരണങ്ങൾ പിന്നീട് ഉപയോഗിച്ചു.

വിശാലമായ വ്യാപാര ശൃംഖല

ഇന്ത്യയും സുവർണദ്വീപും തമ്മിലുള്ള ആദ്യകാല വ്യാപാരം വളരെ ചെറുതായിരിക്കണം, ക്രമേണ അതിന്റെ വലുപ്പവും വ്യാപ്തിയും വർദ്ധിച്ചു. അതിന്റെ ഉച്ചഘട്ടത്തിൽ, വ്യാപാര ശൃംഖല ഇന്ത്യയുടെ വടക്കുപടിഞ്ഞാറൻ ഭാഗങ്ങളിൽ നിന്ന് തെക്കുകിഴക്കൻ ഏഷ്യയിലെ വിദൂരമായ ബാലി ദ്വീപ് വരെ വ്യാപിച്ചിരുന്നു. ചില സമയങ്ങളിൽ ചരക്കുകൾ അവയുടെ ഉത്ഭവസ്ഥാനത്തു നിന്ന് ലക്ഷ്യസ്ഥാനം വരെ ഏകദേശം 7,000 കിലോമീറ്റർ സഞ്ചരിച്ചിട്ടുണ്ടാകാം, ഡൽഹിയിൽ നിന്ന് ലണ്ടൻ വരെയുള്ള അതേ ദൂരം!

പുരാവസ്തു കണ്ടെത്തലുകൾ

എന്നാൽ ഇത്ര വലിയ ദൂരത്തിൽ ചരക്കുകൾ കൈമാറ്റം ചെയ്തിരുന്നുവെന്ന് നമുക്ക് എങ്ങനെ അറിയാം? ഉത്തരം പുരാവസ്തുശാസ്ത്രത്തിൽ കിടക്കുന്നു. ചില പുരാവസ്തു ഗവേഷകർ ബാലി ദ്വീപിൽ പുരാതന വസ്തുക്കൾക്കായി കുഴിച്ചപ്പോൾ, അവർ മൺപാത്രങ്ങളുടെ കഷണങ്ങൾ കണ്ടെത്തി. അവയിൽ ചിലതിൽ ഖരോഷ്ഠി ലിപിയിൽ എഴുതിയ ലിഖിതങ്ങൾ ഉണ്ടായിരുന്നു. അത്തരമൊരു പാത്രത്തിൽ, പുരാവസ്തു ഗവേഷകർ അരിപതിർ കണ്ടെത്തി. പതിരിന്റെ പഴക്കം നിർണ്ണയിക്കാൻ കാർബൺ-14 ഡേറ്റിംഗ് ഉപയോഗിച്ച് ശാസ്ത്രീയമായി വിശകലനം ചെയ്തു. പതിർ കുറഞ്ഞത് 2,600 വർഷം പഴക്കമുള്ളതാണെന്ന് ഫലങ്ങൾ കാണിച്ചു.

ഖരോഷ്ഠി ലിപിയിൽ നിന്നാണ് പടിഞ്ഞാറൻ ഇന്ത്യയുമായുള്ള ബന്ധം വരുന്നത്. ഇത് വടക്കുപടിഞ്ഞാറൻ ഇന്ത്യയിലെ ജനങ്ങൾ (ഇപ്പോഴത്തെ ആധുനിക പാകിസ്ഥാൻ, അഫ്ഗാനിസ്ഥാൻ, മധ്യേഷ്യയുടെ ചില ഭാഗങ്ങൾ എന്നിവിടങ്ങളിൽ) ഉപയോഗിച്ചിരുന്നു.

ഇത് അർത്ഥമാക്കുന്നത് ഈ കലശം വടക്ക്-പടിഞ്ഞാറൻ ഇന്ത്യയിൽ നിർമ്മിക്കപ്പെട്ട്, വടക്കൻ ഇന്ത്യൻ സമതലങ്ങളിലൂടെ ഒരു

തുറമുഖ നഗരത്തിലേക്ക് കൊണ്ടുപോകുകയും, അവിടെ നിന്ന് ബാലി ദ്വീപിലേക്ക് കപ്പലിൽ അയയ്ക്കുകയും ചെയ്തു എന്നാണ്.

മറ്റൊരു വിശദീകരണം എന്തെന്നാൽ വടക്ക്-പടിഞ്ഞാറൻ ഇന്ത്യയിൽ നിന്നുള്ള ഒരാൾ (ഒരുപക്ഷേ ഒരു വ്യാപാരി), ഖരോഷ്ഠി ലിപി അറിയാവുന്ന ആൾ, ബാലിയിൽ ആയിരിക്കുമ്പോൾ ഒരു കലശത്തിൽ എന്തെങ്കിലും എഴുതിയിരിക്കാം. രണ്ട് സാഹചര്യങ്ങളിലും, വടക്ക്-പടിഞ്ഞാറൻ ഇന്ത്യയിൽ നിന്നുള്ള ആളുകൾ ഏകദേശം 7,000 കിലോമീറ്റർ അകലെയുള്ള വ്യാപാരം നടത്തിയിരുന്നു എന്നത് വ്യക്തമാണ്! അഫ്ഗാനിസ്ഥാനിലെ കാബൂൾ നഗരത്തിനും ഒഡീഷയിലെയോ ആന്ധ്രാപ്രദേശിലെയോ ഒരു തീരദേശ നഗരത്തിനും, തുടർന്ന് ബാലിയിലേക്കുമുള്ള ഇന്ത്യൻ ഉപഭൂഖണ്ഡത്തിന്റെ ഒരു ഭൂപടം നോക്കിയാൽ, പുരാതന വ്യാപാരികൾ ബാലിയിലെത്താൻ കടന്നുപോയ വിവിധ ഭൗതിക സവിശേഷതകൾ നിങ്ങൾക്ക് കാണാം.

Fun Activities

- ബാലി ദ്വീപ് കണ്ടെത്താനും അത് ഏത് രാജ്യത്തിന്റേതാണെന്ന് തിരിച്ചറിയാനും ഗൂഗിൾ മാപ് ഉപയോഗിക്കുക.
- കാബൂളിനും ബാലിക്കും ഇടയിലുള്ള ഭൂമിയുടെ ഭൗതിക സവിശേഷതകൾ മനസ്സിലാക്കാൻ ഗൂഗിൾ മാപ് നോക്കുക.

സുവർണദ്വീപിലെ സാംസ്കാരിക സ്വാധീനം

ഇന്ത്യക്കാരും സുവർണദ്വീപിലെ ജനങ്ങളും വ്യാപകമായി വ്യാപാരം നടത്തി, സമ്പത്തുള്ളവരായി. എന്നിരുന്നാലും, മറ്റൊരു കൈമാറ്റം അവിടെ നടന്നു - പക്ഷെ അത് പ്രധാനമായും ഒരു ഭാഗത്തേയ്ക്ക് മാത്രമായിരുന്നു: സംസ്കാരം, ഭാഷ, മതം എന്നിവയുടെ കൈമാറ്റമായിരുന്നു അത്.

ഇന്ത്യൻ വ്യാപാരികളുടെ താമസം

ഇന്ത്യൻ വ്യാപാരികൾ തെക്കുകിഴക്കൻ ഏഷ്യയിലുടനീളം അവരുടെ സ്വാധീനം വിപുലീകരിച്ചപ്പോൾ, അവർ ഈ സ്ഥലങ്ങളിൽ താമസിച്ചു തുടങ്ങി. ആദ്യം അവർ വ്യാപാര കേന്ദ്രങ്ങൾ നിർമ്മിച്ചു, കൂടുതൽ ഇന്ത്യക്കാർ എത്തിയതോടെ അവ ക്രമേണ ഗ്രാമങ്ങളായി വളർന്നു. കാലക്രമേണ, ഇന്ത്യക്കാരും തെക്കുകിഴക്കൻ ഏഷ്യയിലെ പ്രാദേശിക ജനങ്ങളും പരസ്പരം ഇടകലരാൻ തുടങ്ങി. അതായത്, അവർ പരസ്പരം വിവാഹം കഴിക്കാൻ തുടങ്ങി. ഇത് ഇന്ത്യൻ സ്വാധീനം ഏറെയുള്ള മിശ്ര വംശ സമൂഹത്തിന്റെ ഉയർച്ചയ്ക്ക് കാരണമായി.

സുവർണദ്വീപിൽ ഹിന്ദു സ്വാധീനം

ഈ ഇടകലരലിലൂടെ സുവർണദ്വീപിലെ ജനങ്ങൾ ഹിന്ദുമതത്തെ അടുത്തറിഞ്ഞു. അവർ ക്രമേണ ഹിന്ദു മതത്തിലെ ദേവന്മാരെയും ദേവിമാരെയും സ്വീകരിച്ചു. ഗണപതി, വിഷ്ണു, ഹനുമാൻ, ബ്രഹ്മ, ദുർഗ, സരസ്വതി തുടങ്ങിയ ദേവതകൾ തെക്കുകിഴക്കൻ ഏഷ്യൻ സമൂഹങ്ങളുടെ മത ജീവിതത്തിലേക്ക് സ്വീകരിക്കപ്പെട്ടു.

ഹിന്ദുമതത്തോടൊപ്പം ഹിന്ദു കലണ്ടറും സ്വീകരിക്കപ്പെട്ടു. തായ്‌ലൻഡ്, കംബോഡിയ തുടങ്ങിയ രാജ്യങ്ങൾ അവരുടെ മാസങ്ങൾക്ക് മലയാളം കലണ്ടറിനെ പോലെ സംസ്കൃത രാശിചക്രത്തിന്റെ പേരുകൾ നൽകി. ആഴ്ചയിലെ ദിവസങ്ങൾക്ക് ഹിന്ദു ജ്യോതിഷത്തിലെ ഗ്രഹങ്ങളുടെ പേരുകളും നൽകപ്പെട്ടു.

ഇന്ത്യൻ സ്വാധീനമുള്ള രാജ്യങ്ങളുടെ ഉയർച്ച

ഈ മാറ്റങ്ങൾ ഒടുവിൽ സുവർണദ്വീപിൽ ഇന്ത്യൻ സ്വാധീനമുള്ള രാജ്യങ്ങളുടെ ഒരു കാലഘട്ടത്തിലേക്ക് നയിച്ചു. അത്തരം രാജ്യങ്ങളിൽ ആദ്യത്തേത് ഫുനാനിൽ അഥവാ ആധുനിക കംബോഡിയയിൽ വന്നു. പിന്നീട്, സുമാത്ര, ജാവ ദ്വീപുകളിലും ഇന്ത്യൻ സ്വാധീനമുള്ള രാജ്യങ്ങൾ വന്നു. ആധുനിക വിയറ്റ്നാമിന്റെ തെക്കൻ ഭാഗങ്ങൾ ചാമ്പ എന്ന ഹിന്ദു രാജ്യമായി. ഒൻപതാം നൂറ്റാണ്ടോടെ ഹിന്ദു സ്വാധീനം ഫിലിപ്പീൻസിന്റെ ചില ഭാഗങ്ങളിലും എത്തി.

കുറച്ച് നൂറ്റാണ്ടുകൾക്കുള്ളിൽ, മുഴുവൻ തെക്കുകിഴക്കൻ ഏഷ്യൻ മേഖലയും ഇന്ത്യൻ സ്വാധീനത്തിലായി. രാജാക്കന്മാർ വിഷ്ണു ഭഗവാന് വേണ്ടി വലിയ ക്ഷേത്രങ്ങൾ നിർമ്മിച്ചു. അവയിൽ ചിലത് ഇന്ത്യയിലെ ഹിന്ദു ക്ഷേത്രങ്ങളേക്കാൾ വലുതാണ്! കല്ലുകളിൽ നിർമ്മിച്ച ഈ മഹത്തായ ക്ഷേത്രങ്ങളിൽ ഇന്ത്യയിൽ നിന്നും തെക്കുകിഴക്കൻ ഏഷ്യയിൽ നിന്നുമുള്ള പ്രത്യേക ചിഹ്നങ്ങൾ, ചിത്രങ്ങൾ, നിറങ്ങൾ എന്നിവ കൊണ്ട് അലങ്കരിച്ചിരുന്നു. അവ ദേവന്മാരുടെയും ഐതിഹ്യങ്ങളുടെയും കഥകൾ പറഞ്ഞു. ആശയങ്ങളെ പ്രതിനിധീകരിക്കാൻ ചിത്രങ്ങളും രൂപകല്പനകളും ഉപയോഗിക്കുന്ന ഈ രീതിയെ ഐക്കോണോഗ്രഫി എന്ന് വിളിക്കുന്നു. ചില ക്ഷേത്രങ്ങൾ ഇഷ്ടികകളും ടെറാകോട്ടയും ഉപയോഗിച്ചും നിർമ്മിച്ചിരുന്നു.

ക്ഷേത്ര ഭിത്തികൾ മഹാഭാരതത്തിലെയും രാമായണത്തിലെയും രംഗങ്ങൾ കൊണ്ട് അലങ്കരിച്ചിരുന്നു. 'സമുദ്ര മന്ഥന'ത്തിലെ രംഗങ്ങളും ഭിത്തികളിൽ സൃഷ്ടിക്കപ്പെട്ടിരുന്നു. ഇന്ത്യയിലെപ്പോലെ തന്നെ ഹനുമാനെ ഒരു നായക-ദൈവമായി ചിത്രീകരിച്ചിരുന്നു. തെക്കുകിഴക്കൻ ഏഷ്യയുടെ ഇന്ത്യവൽക്കരണം ഈ മേഖലയെ അതിന്റെ തനതായ രീതിയിൽ ഇന്ത്യയുടെ ഒരു പ്രതിഫലനമാക്കി.

ഹിന്ദു ആശയങ്ങളും മതകഥകളും തെക്കുകിഴക്കൻ ഏഷ്യൻ സംസ്കാരത്തിൽ അത്രമാത്രം അടിയുറച്ചു പോയി. ഇന്നും തായ്‌ലൻഡിലെയും കംബോഡിയയിലെയും ജനങ്ങൾ ഹിന്ദു ദൈവങ്ങളെ ആരാധിക്കുന്നു. ഇന്ത്യൻ വ്യാപാരികൾ നൽകിയ പ്രദേശത്തിന്റെ പുരാതന നാമത്തിന്റെ ഓർമ്മയ്ക്ക് ബാങ്കോക്ക് വിമാനത്താവളം സുവർണഭൂമി അന്താരാഷ്ട്ര വിമാനത്താവളം

എന്നാണ് അറിയപ്പെടുന്നത്. അതിന്റെ പ്രധാന ഡിപ്പാർച്ചർ ഹാളിൽ ഹിന്ദു പുരാണത്തിലെ സമുദ്ര മന്ഥനം അഥവാ 'സമുദ്രത്തിന്റെ കടയൽ' ചിത്രീകരിക്കുന്ന ഒരു ഭീമൻ ശിൽപം ഉണ്ട്.

ബുദ്ധമതം ഈ നാട്ടിലേക്ക് വരുന്നു

സാംസ്കാരിക കൈമാറ്റങ്ങൾ വളരുകയും ഇന്ത്യൻവൽക്കരിച്ച രാജ്യങ്ങൾ വികസിക്കുകയും ചെയ്തപ്പോൾ, പുതിയ ആശയങ്ങൾ തുടർന്നും ഈ മേഖലയിലേക്ക് ഒഴുകി. ഹിന്ദുമതം ജനപ്രിയമായതിനുശേഷം, അടുത്ത ഇന്ത്യൻ മതമായ ബുദ്ധമതം സുവർണദ്വീപിലേക്ക് പ്രവേശിച്ചു. ഇന്ത്യൻ വ്യാപാരികൾ ബുദ്ധമതം ജനങ്ങൾക്ക് പരിചയപ്പെടുത്തി, അതിന്റെ തത്വശാസ്ത്രം ഹിന്ദുമതവുമായി അടുത്ത ബന്ധമുള്ളതിനാൽ, സുവർണദ്വീപിലെ ജനങ്ങൾ അത് സന്തോഷത്തോടെ സ്വീകരിച്ചു. ഈ പ്രദേശത്തെ രാജാക്കന്മാർ നിരവധി ബുദ്ധമത ക്ഷേത്രങ്ങൾ നിർമ്മിക്കുകയും ബുദ്ധമത സാഹിത്യവും സിദ്ധാന്തങ്ങളും പഠിക്കുന്നതിനായി മഠങ്ങൾ സ്ഥാപിക്കുകയും ചെയ്തു.

തെക്കുകിഴക്കൻ ഏഷ്യയിലെ ഇന്ത്യൻവൽക്കരിച്ച രാജ്യങ്ങൾ ഇന്ത്യയിലെ ബുദ്ധമത കേന്ദ്രങ്ങളെയും പിന്തുണച്ചു, മഠങ്ങളുടെയും സർവകലാശാലകളുടെയും പരിപാലനത്തിനായി പണം സംഭാവന ചെയ്തു. ജാവയിലെ രാജാവായ ബാലപുത്രൻ നാളന്ദയിൽ ഒരു മഠം നിർമ്മിച്ചു, അതേസമയം ശ്രീവിജയ രാജ്യത്തിലെ മറ്റൊരു ജാവൻ രാജാവായ മാരവിജയത്തുംഗവർമൻ ഇന്നത്തെ തമിഴ്നാട്ടിലെ നാഗപട്ടണം നഗരത്തിൽ ഒരു ബുദ്ധമത മഠം നിർമ്മിച്ചു.[17]

ബുദ്ധമതത്തിന്റെ ആഗമനം സമൂഹത്തിൽ ഒരു അനന്യമായ മതസമ്മിശ്രണത്തിന് വഴിവെച്ചു. ജനങ്ങൾ ഹിന്ദു ദൈവങ്ങളെയും ദേവിമാരെയും ബുദ്ധമത ദൈവങ്ങളോടൊപ്പം ആരാധിക്കാൻ തുടങ്ങി. കൗതുകകരമായ കാര്യം എന്തെന്നാൽ ഹിന്ദുമതത്തിന്റെയും ബുദ്ധമതത്തിന്റെയും വരവിന് മുമ്പ് അവർ ആചരിച്ചിരുന്ന തദ്ദേശീയ ആചാരങ്ങൾ അവർ ഒരിക്കലും ഉപേക്ഷിച്ചില്ല എന്നുള്ളതാണ്.

സമാധാനപരമായ സാംസ്കാരിക കൈമാറ്റം

വിവിധ ദൈവങ്ങൾക്കും ദേവിമാർക്കും തുല്യ പ്രാധാന്യം നൽകുന്ന ഈ സമന്വയ വിശ്വാസ സമ്പ്രദായം ഇന്ത്യൻ സ്വാധീനത്തിന്റെ അനന്യമായ സവിശേഷതയായി മാറി. യൂറോപ്യൻ കോളനിവൽക്കരണം അമേരിക്കയിലെ തദ്ദേശീയ സമൂഹങ്ങളുടെ നാശത്തിന് കാരണമായതെങ്ങനെയെന്ന് മുൻ വിഭാഗത്തിൽ നാം

വായിച്ചു. യൂറോപ്യന്മാർ അമേരിക്കയിലെ ജനങ്ങളുടെ മേൽ അവരുടെ സ്വന്തം മതവും ഭാഷയും അടിച്ചേൽപ്പിച്ചു, ബലപ്രയോഗത്തിലൂടെയും അക്രമത്തിലൂടെയും അവരെ ക്രിസ്ത്യാനികളാക്കി മാറ്റി. ഇന്ന്, വടക്കേ അമേരിക്കയിലെയും തെക്കേ അമേരിക്കയിലെയും ജനസംഖ്യയുടെ 80 ശതമാനത്തിലധികം ക്രിസ്ത്യാനികളാണ്.

എന്നാൽ, ഇന്ത്യൻ സമീപനം സമാധാനപരവും എല്ലാവരെയും ഉൾക്കൊള്ളിച്ചു കൊണ്ടുള്ളതുമായിരുന്നു. ഇന്ത്യക്കാർ സുവർണദ്വീപിലെ ജനങ്ങളെ അവരുടെ യഥാർത്ഥ ആചാരങ്ങൾ ഉപേക്ഷിക്കാൻ നിർബന്ധിച്ചില്ല. പകരം, തദ്ദേശവാസികൾ ഹിന്ദു-ബുദ്ധമത ആചാരങ്ങളും ദൈവങ്ങളും അവരുടെ ആരാധനയിൽ സംയോജിപ്പിച്ച്, മനോഹരമായ ഒരു സമന്വയ വിശ്വാസ സമ്പ്രദായം സൃഷ്ടിച്ചു.

Fun Activities

- തെക്കുകിഴക്കൻ ഏഷ്യയിലെ ഏറ്റവും വലിയ ഹിന്ദു ക്ഷേത്രത്തിന്റെ പേര് കണ്ടെത്തുക
- നിങ്ങളുടെ മാതാപിതാക്കളോട് സമുദ്ര മന്ഥനത്തിന്റെ കഥ പറയാൻ ആവശ്യപ്പെടുക

സമുദ്രങ്ങളുടെ പ്രാവീണ്യം

ഇന്ത്യൻ തുറമുഖ നഗരങ്ങളിൽ നിന്ന് തെക്കുകിഴക്കൻ ഏഷ്യയിലേക്ക് യാത്ര ചെയ്തവർ മികച്ച വ്യാപാരികൾ മാത്രമല്ല, അവർക്ക് ജ്യോതിശാസ്ത്രം, സമുദ്ര പ്രവാഹങ്ങൾ, കാലാവസ്ഥാ രീതികൾ എന്നിവയെക്കുറിച്ചുള്ള അറിവും ഉണ്ടായിരുന്നു. ഇത് അവരെ ആഴക്കടൽ കടന്ന് സുരക്ഷിതമായി ലക്ഷ്യസ്ഥാനത്ത് എത്താൻ സഹായിച്ചു.

ബാലിജാത്ര: യാത്രകളുടെ ഉത്സവം

പുരാതന വ്യാപാരികൾ അവരുടെ നാവിഗേഷനിൽ കാലാവസ്ഥാ രീതികളെക്കുറിച്ചുള്ള അറിവ് എങ്ങനെ ഉപയോഗിച്ചു എന്ന് മനസ്സിലാക്കാൻ ഒരു ഉദാഹരണം നോക്കാം. പുരിയിലെ തീരദേശ നഗരത്തിലും ഒഡീഷയിലെ മറ്റ് ചില നഗരങ്ങളിലും ബാലിജാത്ര എന്ന വാർഷിക ഉത്സവം ആഘോഷിക്കുന്നു. ബാലിജാത്ര - അഥവാ ബാലിയിലേക്കുള്ള യാത്ര ഹിന്ദു മാസമായ കാർത്തികിലെ പൂർണ്ണചന്ദ്രനിൽ ആഘോഷിക്കുന്നു. ഇത് ദീപാവലിക്ക് പതിനഞ്ച് ദിവസങ്ങൾക്ക് ശേഷമാണ്.

കാർത്തിക പൂർണിമ ദിവസം, പുരിയിലെ ജനങ്ങൾ വാഴത്തണ്ടുകൾ കൊണ്ട് ചെറിയ തോണികൾ ഉണ്ടാക്കുന്നു. അവർ പിന്നീട് അതിൽ ഒരു ചെറിയ വിളക്ക് വച്ച് പൂക്കൾ കൊണ്ട് അലങ്കരിക്കുന്നു. ഈ ചെറിയ തോണികൾ പിന്നീട് നദികളിലും ജലാശയങ്ങളിലും ഒഴുക്കിവിടുന്നു. എന്നാൽ സുവർണദ്വീപിലേക്കുള്ള യാത്രകളുമായും കാലാവസ്ഥാ രീതികളെക്കുറിച്ചുള്ള അറിവുമായും ബാലിജാത്രയ്ക്ക് എന്താണ് ബന്ധം? ഇവ തമ്മിൽ ആഴത്തിലുള്ള ബന്ധമുണ്ട്. ജനങ്ങൾ നദികളിലും മറ്റ് ജലാശയങ്ങളിലും ഒഴുക്കിവിടുന്ന ചെറിയ തോണികൾ യാത്രാ സീസണിന്റെ തുടക്കത്തെ

പ്രതീകവൽക്കരിക്കുന്നു, ആ സമയത്താണ് പുരാതന വ്യാപാരികൾ തെക്കുകിഴക്കൻ ഏഷ്യയിലേക്കുള്ള യാത്ര ആരംഭിച്ചത്.

മൺസൂൺ കാറ്റുകളും സമുദ്ര നാവിഗേഷനും

കാർത്തിക പൂർണിമ ഇന്ത്യയുടെ കിഴക്കൻ ഭാഗങ്ങളിൽ നിന്ന് മൺസൂണിന്റെ പിൻവാങ്ങലിനെയും അടയാളപ്പെടുത്തുന്നു. മഴക്കാലത്ത്, മൺസൂൺ കാറ്റുകൾ തെക്കുകിഴക്ക് നിന്ന് വീശുന്നു, എന്നാൽ മൺസൂൺ പിൻവാങ്ങുമ്പോൾ, ഈ കാറ്റുകൾ ദിശ മാറി പടിഞ്ഞാറ് നിന്ന് തെക്കുകിഴക്കോട്ട് വീശുന്നു. ഇത് എല്ലാ വർഷവും സംഭവിക്കുന്നതാണ്.

പുരാതന കാലത്ത്, ഇന്ത്യൻ നാവികർ പായകൾ കൊണ്ടുള്ള തോണികളാണ് ഉപയോഗിച്ചിരുന്നത്. ഈ പിൻവാങ്ങുന്ന കാറ്റുകൾ ഈ പായകൾക്ക് ശക്തി നൽകാനും തോണികളെ തെക്കുകിഴക്കൻ ഏഷ്യയിലെ അവരുടെ ലക്ഷ്യസ്ഥാനങ്ങളിലേക്ക് കൊണ്ടുപോകാനും ഒത്തതായിരുന്നു. ഇതുവഴി വ്യാപാരികൾ ഒരു മാസത്തിനുള്ളിൽ തെക്കുകിഴക്കൻ ഏഷ്യയിൽ എത്തിച്ചേരും. ഈ കാലാവസ്ഥാ രീതികൾ മനസ്സിലാക്കിയതിലൂടെ, വ്യാപാരികൾ ബിസിനസ് നടത്തുന്നതിൽ സമയവും മാനവശേഷിയും രണ്ടും സംരക്ഷിച്ചു. യൂറോപ്യന്മാർ ക്രിസ്തുവർഷം ഒന്നാം നൂറ്റാണ്ടിൽ ഉപയോഗിക്കാൻ തുടങ്ങുന്നതിന് വളരെ മുമ്പ് തന്നെ പുരാതന ഇന്ത്യക്കാർ മൺസൂൺ സിസ്റ്റം കണ്ടെത്തിയെന്നും ഈ അറിവ് നമ്മെ പഠിപ്പിക്കുന്നു.

വ്യാപാരികൾ അവരുടെ ഇടപാടുകൾ കുറച്ച് മാസങ്ങൾക്കുള്ളിൽ പൂർത്തിയാക്കിയ ശേഷം മൺസൂൺ കാറ്റുകൾക്കായി കാത്തിരുന്നു. മെയ് മാസത്തോടെ, മൺസൂൺ തുടങ്ങും. ഇതോടെ വ്യാപാരികൾ പായ ഉയർത്തി, കാറ്റിന്റെ ദിശയിൽ സവാരി ചെയ്ത് ഇന്ത്യയുടെ തീരങ്ങളിലേക്ക് മടങ്ങും.

സമുദ്ര പ്രവാഹങ്ങൾ: പ്രകൃതിയുടെ ട്രാവലേറ്റർ

വ്യാപാരികൾ സമുദ്രത്തിനുള്ളിലെ വേഗത്തിൽ നീങ്ങുന്ന പ്രവാഹങ്ങളായ സമുദ്ര പ്രവാഹങ്ങളെ മനസ്സിലാക്കിയ വിദഗ്ധ നാവികരായിരുന്നു. സമുദ്ര പ്രവാഹങ്ങൾ സമുദ്രജലത്തിലെ താപനിലയിലും ലവണാംശത്തിലും ഉള്ള വ്യത്യാസങ്ങൾ കാരണം സൃഷ്ടിക്കപ്പെടുന്നു. ഈ ആശയം മനസ്സിലാക്കാൻ ഇതാ ഒരു ലളിതമായ മാർഗം: സമുദ്ര പ്രവാഹങ്ങൾ ചുറ്റുമുള്ള ജലത്തേക്കാൾ വേഗത്തിൽ നീങ്ങുന്നതിനാൽ, അവ യാത്രക്കാർ വേഗത്തിൽ യാത്ര ചെയ്യാൻ ഉപയോഗിക്കുന്ന വിമാനത്താവളത്തിൽ കാണുന്ന ട്രാവലേറ്റർ പോലെയാണ്.

ഒരു ഗേറ്റിൽ നിന്ന് മറ്റൊന്നിലേക്ക് പോകുന്ന രീതിയിൽ നാവികർ ഈ ഓളങ്ങൾ സമുദ്രത്തിലൂടെയുള്ള അവരുടെ യാത്ര വേഗത്തിലാക്കാൻ ഉപയോഗിച്ചു.

നാവിഗേഷനിലെ ജ്യോതിശാസ്ത്രവും ഗണിതവും

സമുദ്രത്തിലൂടെ യാത്ര ചെയ്യാൻ കാറ്റിന്റെ ശക്തി ഉപയോഗിക്കുന്നതിനു പുറമേ, പുരാതന ഇന്ത്യൻ നാവികർ ആകാശത്തിലൂടെ നക്ഷത്രങ്ങളുടെ, നക്ഷത്രരാശികളുടെ, ഗ്രഹങ്ങളുടെ ചലനത്തെക്കുറിച്ചുള്ള പഠനമായ ജ്യോതിശാസ്ത്രത്തെക്കുറിച്ചുള്ള അവരുടെ അറിവിനെയും ആശ്രയിച്ചിരുന്നു. അവർ ഈ ആകാശ വസ്തുക്കളെ നിരീക്ഷിച്ച് അവരുടെ പാതയിൽ നിലനിൽക്കാൻ ഉപയോഗിച്ചു. ചിലപ്പോൾ, കൊടുങ്കാറ്റുകളിൽ, ഒരു കപ്പൽ പാതയിൽ നിന്ന് വ്യതിചലിക്കും. ഇത് സംഭവിക്കുമ്പോൾ, കപ്പലിന്റെ നാവിഗേറ്റർമാർ നക്ഷത്രങ്ങളെയും ഗ്രഹങ്ങളെയും നിരീക്ഷിക്കാനും ചില കണക്കുകൂട്ടലുകൾ നടത്താനും കപ്പലിന്റെ പാമരത്തിൽ കയറും. അവരുടെ കണക്കുകൂട്ടലുകളുടെ അടിസ്ഥാനത്തിൽ, കപ്പൽ തിരികെ പാതയിലേക്ക് നയിക്കപ്പെടും.

നക്ഷത്രങ്ങളുടെ, ഗ്രഹങ്ങളുടെ, നക്ഷത്രരാശികളുടെ സ്ഥാനത്തെ അടിസ്ഥാനമാക്കി കണക്കുകൂട്ടലുകൾ നടത്താൻ പുരാതന ഇന്ത്യക്കാർക്ക് ഗണിതത്തിലും വിദഗ്ധരായിരിക്കേണ്ടത് ആവശ്യമായിരുന്നു. ഗണിത കണക്കുകൂട്ടലുകൾ ചിലപ്പോൾ ജ്യോതിശാസ്ത്ര പട്ടികകൾ ഉപയോഗിക്കുന്നത് ഉൾപ്പെടുത്തി അടിസ്ഥാനപരമായി സ്ഥലങ്ങൾ തമ്മിലുള്ള ദൂരങ്ങൾ കണക്കാക്കുന്നതിനുള്ള ലളിതമായ മാർഗങ്ങളായിരുന്നു. ഈ പട്ടികകൾ ഗ്രഹചലനങ്ങളും നക്ഷത്രങ്ങളുമായുള്ള അവയുടെ ബന്ധവും നിരീക്ഷിച്ചും പഠിച്ചും ഇന്ത്യൻ ഗണിതശാസ്ത്രജ്ഞർ കണ്ടുപിടിച്ചതാണ്. ഈ നിരീക്ഷണങ്ങൾ വേദങ്ങളിലും രേഖപ്പെടുത്തിയിട്ടുണ്ട്, ഇന്ത്യക്കാർ ആയിരക്കണക്കിന് ഒരുപക്ഷേ 5,000 മുതൽ 6,000 വർഷങ്ങളായി ജ്യോതിശാസ്ത്രം പഠിച്ചുവരുന്നുവെന്ന് തെളിയിക്കുന്നു. ഇത് കാണിക്കുന്നത് പുരാതന ഇന്ത്യക്കാർ വിദഗ്ധ വ്യാപാരികളും സഞ്ചാരികളും മാത്രമല്ല, മഹത്തായ ഗണിതശാസ്ത്രജ്ഞരും ശാസ്ത്രജ്ഞരും കൂടിയായിരുന്നു എന്നാണ്.

തെക്കുകിഴക്കൻ ഏഷ്യയിൽ നിലനിൽക്കുന്ന ഇന്ത്യൻ സ്വാധീനം

തെക്കുകിഴക്കൻ ഏഷ്യയിൽ ഇന്ത്യൻ സ്വാധീനം വളരെ കാലം നിലനിന്നു. ഇന്നും, തായ്‌ലാൻഡ്, കംബോഡിയ, ലാവോസ്, മ്യാൻമാർ എന്നിവ വ്യക്തമായ ഇന്ത്യൻ സ്വഭാവം നിലനിർത്തുന്നു. അവർക്ക്

ബുദ്ധനും മറ്റ് ഹിന്ദു ദൈവങ്ങൾക്കും ദേവിമാർക്കും സമർപ്പിച്ച ക്ഷേത്രങ്ങളുണ്ട്.

ആധുനിക ഇന്തോനേഷ്യയിലും മലേഷ്യയിലും ഇസ്ലാം എത്തിയതിനുശേഷവും, പല സാംസ്കാരിക ഘടകങ്ങളും ആഴത്തിൽ ഇന്ത്യൻ സ്വഭാവമുള്ളതായി തുടർന്നു. രാമായണം ഇന്തോനേഷ്യയിലെ ഒരു പ്രധാന ഇതിഹാസമായി തുടരുന്നു, അതിൽ പ്രാദേശിക നാടോടിക്കഥകളുടെ ഘടകങ്ങൾ ചേർത്ത് വ്യാപകമായി അവതരിപ്പിക്കപ്പെടുന്നു. ഇന്തോനേഷ്യയുടെയും തായ്ലാൻഡിന്റെയും ദേശീയ ചിഹ്നം വിഷ്ണുവിന്റെ വാഹനമായ ഗരുഡനാണ്,. ഇന്തോനേഷ്യൻ നാവികസേനയും വ്യോമസേനയും അതിന്റെ ജനറലുകളെ ഭഗവാൻ രാമന്റെ സഹോദരന്റെ പേരിൽ 'ലക്ഷ്മണ' എന്ന് വിളിക്കുന്നു. അതുപോലെ, മലേഷ്യൻ നാവികസേനയും അതിന്റെ ഉന്നത ജനറലുകളെ 'ലക്ഷ്മണ' എന്ന് വിളിക്കുന്നു.

ആദ്യത്തെ ഇന്ത്യൻ വ്യാപാരികൾ ഈ പ്രദേശത്ത് എത്തിയിട്ട് ആയിരക്കണക്കിന് വർഷങ്ങൾ കഴിഞ്ഞിട്ടും, തെക്കുകിഴക്കൻ ഏഷ്യയിലെ ജനങ്ങളുടെ സാമൂഹിക ജീവിതത്തിൽ ഇന്ത്യൻ സ്വാധീനം അതേപടി നിലനിൽക്കുന്നു.

Fun Activities

- ഹിന്ദു കലണ്ടറിലെ മാസങ്ങളുടെ പേരുകൾ കണ്ടെത്തുക.
- ഹിന്ദു കലണ്ടറിലെ നക്ഷത്രരാശികളുടെ പേരുകൾ കണ്ടെത്തുക.

മഹത്തായ ചോളന്മാരും സുവർണദ്വീപും

ചോളന്മാർ ദക്ഷിണേന്ത്യയിലെ ശക്തരായ ഭരണാധികാരികളായിരുന്നു, ഇന്നത്തെ തമിഴ്നാട്, കേരളം, കർണാടക, ആന്ധ്രപ്രദേശ്, തെലങ്കാന, ശ്രീലങ്ക എന്നിവ ഉൾപ്പെടുന്ന വിശാലമായ സാമ്രാജ്യത്തെ അവർ ഭരിച്ചിരുന്നു. എന്നാൽ, അവരുടെ സ്വാധീനം അവരുടെ പ്രധാന പ്രദേശങ്ങൾക്കപ്പുറത്തേക്ക് വ്യാപിച്ചിരുന്നു. അവർ തീരദേശ ഒഡീഷയിലും ബംഗാളിലും മലയ ദ്വീപസമൂഹത്തിന്റെ പടിഞ്ഞാറൻ ഭാഗങ്ങളിൽ വരെ കാര്യമായ സ്വാധീനം ചെലുത്തിയിരുന്നു.

തെക്കുകിഴക്കൻ ഏഷ്യയുമായുള്ള വ്യാപാര ബന്ധങ്ങൾ

ചോളന്മാർ സുവർണദ്വീപിലെ രാജ്യങ്ങളുമായി ശക്തമായ വ്യാപാര ബന്ധങ്ങൾ നിലനിർത്തിയിരുന്നു. ഈ സമൃദ്ധമായ വ്യാപാരം പുരാതന സുവർണദ്വീപിൽ തമിഴ് ജനങ്ങളുടെ താമസത്തിന് കാരണമായി, നിരവധി വ്യാപാരി സംഘങ്ങൾ ആ പ്രദേശത്ത് സ്ഥാപിതമായി. ദീർഘകാലം രണ്ട് പ്രദേശങ്ങൾ തമ്മിലുള്ള ബന്ധം സമാധാനപരമായി തുടർന്നു.

ശ്രീവിജയ സാമ്രാജ്യവുമായുള്ള സംഘർഷം

എന്നാൽ രാജേന്ദ്ര ചോളൻ ഒന്നാമന്റെ ഭരണകാലത്ത് കാര്യങ്ങൾ മാറി. വിശദാംശങ്ങൾ വ്യക്തമല്ലെങ്കിലും, ഇന്നത്തെ സുമാത്ര, ജാവ, മലേഷ്യൻ ഉപദ്വീപ് എന്നിവ ഉൾക്കൊള്ളുന്ന ശ്രീവിജയ സാമ്രാജ്യത്തിന്റെ രാജാവ് മലാക്ക കടലിടുക്കിലൂടെ കടന്നുപോകുന്ന

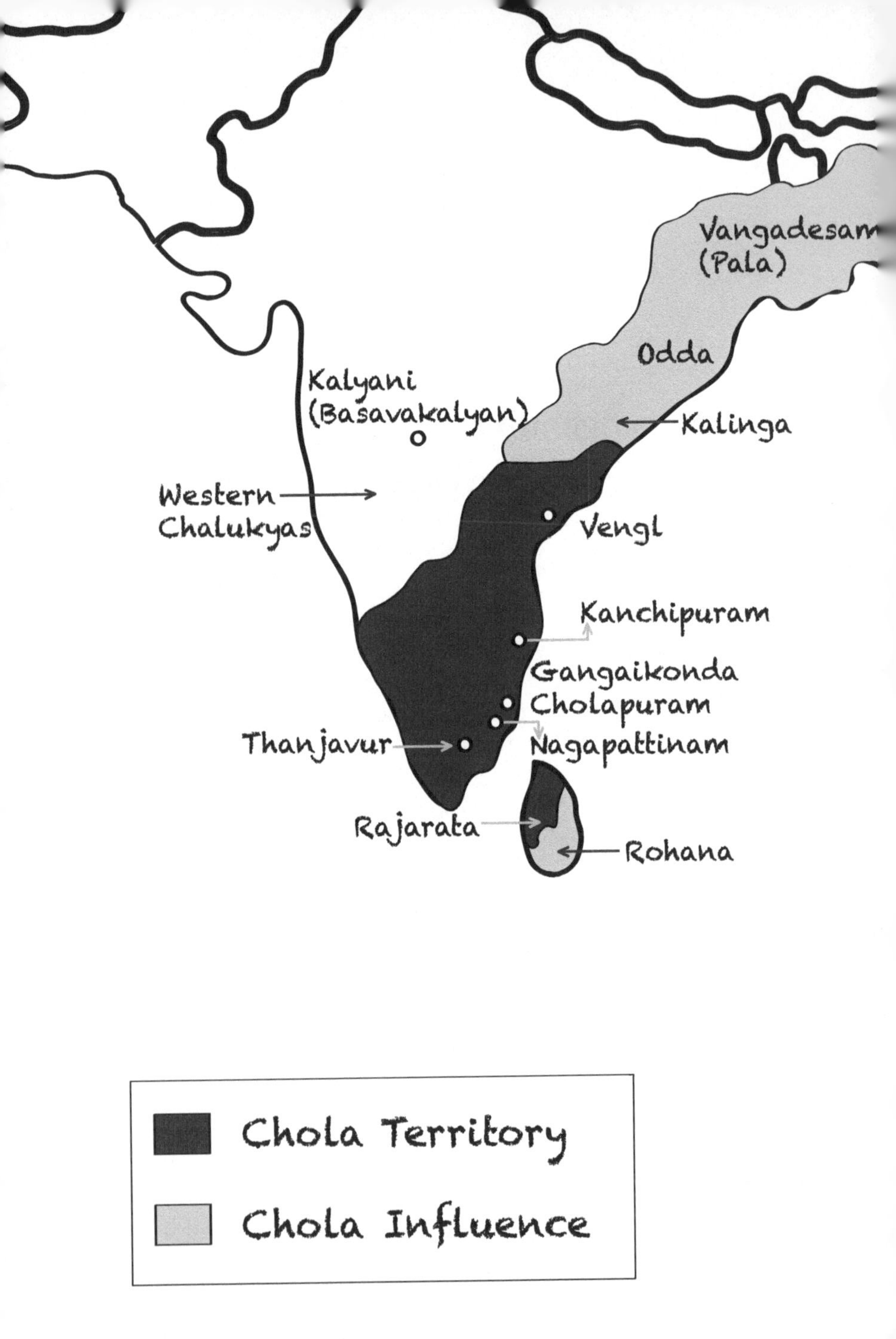

Vangadesam
(Pala)
Odda
Kalyani
(Basavakalyan)
Kalinga
Western
Chalukyas
Vengl
Kanchipuram
Gangaikonda
Cholapuram
Thanjavur
Nagapattinam
Rajarata
Rohana
Chola Territory
Chola Influence

Pagan
Dvaravati
Champa
Angkor
Cahaya(Chaiya)
Kadaram(Kedah)
Panai
Srivijaya
(Palembang)

കപ്പലുകൾക്ക് കർശനമായ നിയന്ത്രണവും ഉയർന്ന നികുതികളും ഏർപ്പെടുത്തിയെന്ന് ചരിത്രകാരന്മാർ വിശ്വസിക്കുന്നു.

ഈ കടലിടുക്ക് അൻഡമാൻ കടലിനെ ദക്ഷിണ ചൈന കടലുമായി ബന്ധിപ്പിക്കുന്ന ഇടുങ്ങിയതും നിർണായകവുമായ ഒരു ചാനലാണ്. ഈ കടലിടുക്ക് ഇന്ത്യയിൽ നിന്ന് സുവർണദ്വീപിലേക്കുള്ള പ്രധാന കടൽമാർഗമായിരുന്നു. ഈ പുതിയ നിയന്ത്രണങ്ങളോടെ, ആ പ്രദേശത്ത് വ്യാപാരം നടത്തുന്നതിൽ ചോളന്മാർ വെല്ലുവിളികൾ നേരിട്ടു. പ്രതികരണമായി, രാജേന്ദ്ര ചോളൻ ഒന്നാമൻ 1025 സിഇയിൽ ശ്രീവിജയ സാമ്രാജ്യത്തെ ആക്രമിച്ചു.

ചോള നാവിക പ്രയാണം

ശ്രീവിജയയ്ക്കെതിരായ ചോളരുടെ ആക്രമണം ഇന്ത്യയുടെ ചരിത്രത്തിലെ അപൂർവമായ ഒരു അപവാദമായിരുന്നു. ഇത്ര ദൂരെയുള്ള മറ്റൊരു രാജ്യത്തെ ഒരു ഇന്ത്യൻ രാജാവ് ആക്രമിച്ചത് അപൂർവമായിരുന്നു. മാസിഡോണിയ, മധ്യേഷ്യ തുടങ്ങിയ വിദൂര പ്രദേശങ്ങളിൽ നിന്നുള്ള വിദേശികളുടെ ആക്രമണങ്ങൾ ഇന്ത്യ നേരിട്ടിട്ടുണ്ടെങ്കിലും, ഇന്ത്യൻ രാജാക്കന്മാർ അപൂർവമായി മാത്രമേ പ്രദേശങ്ങൾ പിടിച്ചെടുക്കാനായി മറ്റുള്ളവരെ ആക്രമിക്കാൻ പോയിട്ടുള്ളൂ.

രാജേന്ദ്ര ചോളൻ ഒന്നാമന്റെ ആക്രമണം പോലും യഥാർത്ഥത്തിൽപ്രദേശം പിടിച്ചെടുക്കാനായിരുന്നില്ല; മറിച്ച്, കപ്പൽ ഗതാഗത മാർഗങ്ങൾ സ്വതന്ത്രമാക്കാനായിരുന്നു.

ചോള ആക്രമണം വേഗത്തിലായിരുന്നു, ശ്രീവിജയ സൈന്യത്തിന് പ്രതിരോധിക്കാനുള്ള സമയംപോലും ചോളർ നൽകിയില്ല. ഇത് സാമ്രാജ്യത്തിന് വലിയ നഷ്ടങ്ങൾക്ക് കാരണമായി, അവരുടെ നിരവധി നഗരങ്ങൾ ചോള നാവികസേന പിടിച്ചെടുത്തു.

പുരാതന ഇന്ത്യൻ വ്യാപാരികളെപ്പോലെ തന്നെ, ചോള നാവികസേന മൺസൂൺ കാറ്റുകളുടെ സഹായത്തോടെ തെക്കുനിന്ന് വടക്കോട്ട് വേഗത്തിൽ നീങ്ങി. ഈ വേഗതയേറിയ യാത്ര ശ്രീവിജയ സാമ്രാജ്യത്തിലെ നഗരങ്ങളിൽ അപ്രതീക്ഷിത ആക്രമണങ്ങൾ നടത്താൻ ചോള നാവികസേനയെ സഹായിച്ചു.

അനന്തരഫലം: തകർന്ന സാമ്രാജ്യം

യുദ്ധത്തിനുശേഷം, ശ്രീവിജയ സാമ്രാജ്യം തകർന്നു, അത് ആശയക്കുഴപ്പത്തിന്റെ കാലഘട്ടത്തിലേക്ക് അവരെ നയിച്ചു. ഒരിക്കൽ ശക്തമായിരുന്ന സാമ്രാജ്യം ചെറിയ രാജ്യങ്ങളായി വിഭജിക്കപ്പെട്ടു,

ഓരോന്നും നിരവധി രാജാക്കന്മാർ ഭരിച്ചു. മേഖലയിലെ കടൽ മാർഗങ്ങളിലും വ്യാപാരത്തിലും ശ്രീവിജയ സാമ്രാജ്യത്തിനുണ്ടായിരുന്ന നിയന്ത്രണവും തകർന്നു. എന്നിരുന്നാലും, ചോളരും ശ്രീവിജയയുടെ പിൻഗാമി സംസ്ഥാനങ്ങളും തമ്മിലുള്ള വ്യാപാര ബന്ധങ്ങൾ യുദ്ധം അവസാനിച്ച് അധികം വൈകാതെ പുനരാരംഭിച്ചു.

നിർമ്മാതാക്കളും ഭരണാധികാരികളുമായ ചോളർ

ചോളർ ഒരു ശക്തമായ സാമ്രാജ്യമായിരുന്നു, ഇന്ത്യ എന്നെങ്കിലും കണ്ട ഏറ്റവും പ്രശസ്തരായ ഭരണാധികാരികളിൽ ചിലർ അവരായിരുന്നു. ചോളർ പ്രദേശങ്ങൾ കീഴടക്കി അവരുടെ സാമ്രാജ്യം വിപുലീകരിച്ചതിൽ മാത്രമല്ല, അവരുടെ പൗരന്മാർക്ക് മെച്ചപ്പെട്ട ജീവിതം നയിക്കാൻ സഹായിക്കുന്നതിനായി പൊതു പ്രവർത്തനങ്ങളും നടത്തി.

ചോളർ തമിഴ്നാട് പ്രദേശത്ത് വിപുലമായ കനാലുകൾ കുഴിച്ചു, ഇത് കാർഷിക പ്രവർത്തനങ്ങളുടെ വിപുലീകരണത്തിന് സഹായിച്ചു. ഇതുവഴി ജലസേചനത്തിന് കീഴിലുള്ള കൂടുതൽ ഭൂമിയിൽ നിന്നും, ജനങ്ങൾക്കായി കൂടുതൽ ഭക്ഷണം ഉത്പാദിപ്പിച്ചു. ചോളർ നിർമ്മിച്ച ചില കനാലുകളും ടാങ്കുകളും ഇപ്പോഴും ഉപയോഗത്തിലുണ്ട്.

ചോളർ അവരുടെ പൗരന്മാർക്കായി ആശുപത്രികളും നിർമ്മിച്ചു. ഈ ആശുപത്രികളിൽ ഇന്ത്യയുടെ പുരാതന വൈദ്യശാസ്ത്ര സമ്പ്രദായമായ ആയുർവേദം ഉപയോഗിച്ച് രോഗികളെ ചികിത്സിച്ച നിരവധി ഡോക്ടർമാരും വൈദ്യന്മാരും ഉണ്ടായിരുന്നു. തിരുമുക്കൂടൽ ശിലാലേഖനം അനുസരിച്ച്, രാജേന്ദ്ര ചോളൻ ഒന്നാമന്റെ മകനായ വീരരാജേന്ദ്രന്റെ പേരിൽ ഒരു ആശുപത്രി നാമകരണം ചെയ്തിരുന്നു. ആശുപത്രി സർക്കാർ ഭൂമിയിൽ പ്രവർത്തിച്ചിരുന്നു, നഴ്സുമാർ, ഒരു ബാർബർ, ഒരു വാട്ടർമാൻ എന്നിവരുടെ ജോലികൾ മേൽനോട്ടം വഹിച്ച ഒരു സ്ഥിരം മുഖ്യ ഫിസിഷ്യൻ ഉണ്ടായിരുന്നു.

കൂടാതെ, ചോളർ മികച്ച ക്ഷേത്ര നിർമ്മാതാക്കളായിരുന്നു, അവരുടെ സാമ്രാജ്യത്തിലുടനീളം ഗംഭീര ക്ഷേത്രങ്ങൾ അവർ നിർമ്മിച്ചു. അതിൽ തമിഴ്നാട്ടിലെ തഞ്ചാവൂരിൽ സ്ഥിതി ചെയ്യുന്ന ബൃഹദീശ്വര ക്ഷേത്രമാണ് ഏറ്റവും പ്രസിദ്ധം. അതിന്റെ ഉയർന്ന വിമാനം (ഗോപുരം എന്നും വിളിക്കുന്നു) 208 അടി ഉയരത്തിൽ നിൽക്കുന്നു. അവ ഭാരമുള്ള കല്ലുകൾ കൊണ്ട് നിർമ്മിച്ചതാണ്. ഈ കല്ലുകളിൽ ചിലത് എൺപത് ടൺ അല്ലെങ്കിൽ 80,000 കിലോഗ്രാം വരെ തൂക്കമുണ്ടായിരുന്നു! പുരാതന തൊഴിലാളികൾ അവയെ

അത്തരം ഉയരങ്ങളിലേക്ക് എങ്ങനെ ഉയർത്തിയെന്ന് നമ്മുക്ക് അത്ഭുതമായേക്കാം.

ചോളർ സാഹിത്യത്തെയും പ്രോത്സാഹിപ്പിച്ചിരുന്നു. തമിഴ് കവി കമ്പർ വാല്മീകി രാമായണത്തിന്റെ തമിഴ് പതിപ്പ് രചിച്ചത് ഈ കാലത്താണ്. അദ്ദേഹത്തിന്റെ കൃതി രാമാവതാരം അല്ലെങ്കിൽ കമ്പ രാമായണം എന്നറിയപ്പെടുന്നു.

ഉപസംഹാരം

പ്രാചീന ഇന്ത്യയുടെയും അവിടുത്തെ ജനങ്ങളുടെയും അവിശ്വസനീയമായ നേട്ടങ്ങളെക്കുറിച്ച് വായിച്ചു കഴിയുമ്പോൾ, ആധുനിക സമൂഹം നമ്മുടെ പൂർവികർക്ക് വളരെയധികം കടപ്പെട്ടിരിക്കുന്നു എന്ന് നാം ഓർക്കേണ്ടതായിട്ടുണ്ട്. ആയിരക്കണക്കിന് വർഷങ്ങളായി അവർ ചെയ്ത പ്രവർത്തനങ്ങൾ നമ്മെ ഒരു വൈവിധ്യമാർന്നതും സഹിഷ്ണുതയുള്ളതുമായ സമൂഹമായി മാറാൻ സഹായിച്ചിട്ടുണ്ട്. ശാസ്ത്രത്തിലും കലയിലും നാം ശ്രദ്ധേയമായ പുരോഗതി കൈവരിച്ചു, അത്ഭുതകരമായ സ്മാരകങ്ങൾ നിർമ്മിച്ചു, ആഹ്ലാദകരമായ ഉത്സവങ്ങൾ ആഘോഷിച്ചുകൊണ്ടിരിക്കുന്നു. ഏകദേശം 1,200 വർഷത്തോളം കോളനിവൽക്കരിക്കപ്പെടുകയും സാമ്പത്തികമായി ചൂഷണം ചെയ്യപ്പെടുകയും ചെയ്തിട്ടും, നാം ഇപ്പോഴും ഒരു തഴച്ചുവളരുന്ന സമ്പദ്‌വ്യവസ്ഥയാണ്.

രണ്ട് ലോകങ്ങളിൽ ജീവിക്കുന്നു

പ്രാചീന, ആധുനിക ലോകങ്ങളിൽ ഒരേസമയം നിലനിൽക്കാനുള്ള കഴിവാണ് ഇന്ത്യയെ അതുല്യമാക്കുന്നത്. നമ്മുടെ ദൈനംദിന ജീവിതത്തിൽ, നാം ഇപ്പോഴും സിന്ധു സരസ്വതി സംസ്കാരത്തിലെ പാത്രങ്ങൾക്ക് സമാനമായ പാത്രങ്ങൾ ഉപയോഗിക്കുന്നു, ഏകദേശം 5,000 വർഷം മുമ്പ് വികസിച്ച കളികൾ കളിക്കുന്നു, പ്രാചീന കാലത്ത് വികസിപ്പിച്ച കലണ്ടർ സമ്പ്രദായം പിന്തുടരുന്നു. നമ്മുടെ മതപരമായ ചടങ്ങുകൾ ബ്രോൺസ് യുഗം മുതലെങ്കിലും നിലനിൽക്കുന്ന വൈദിക ദൈവങ്ങളെ ആഹ്വാനം ചെയ്യുന്നു, അതേസമയം നാം ആധുനിക ഗാഡ്ജറ്റുകൾ, യന്ത്രങ്ങൾ, സോഫ്റ്റ്‌വെയർ എന്നിവയുള്ള ഇരുപത്തിയൊന്നാം നൂറ്റാണ്ടിൽ ജീവിക്കുന്നു. ലോകത്തിലെ മറ്റൊരു

നാഗരികതയ്ക്കും ഇപ്പോഴും നിലനിൽക്കുന്ന ഇത്തരമൊരു പ്രാചീന സംസ്കാരത്തെക്കുറിച്ച് അഭിമാനിക്കാനാവില്ല.

നമ്മുടെ ചരിത്രം എന്തുകൊണ്ടാണ് പ്രാധാന്യമേറിയത്?

നമ്മുടെ ഭൂതകാലത്തെക്കുറിച്ചും നമ്മുടെ പൂർവികർ ചെയ്തതിനെക്കുറിച്ചും അറിയുന്നത് അത്ഭുതകരമാണെങ്കിലും, ഇത് ഇന്ന് നമ്മെ എങ്ങനെ സ്വാധീനിക്കുന്നു? നമ്മുടെ ഭൂതകാലത്തിൽ നിന്ന് എന്താണ് നമ്മുക്ക് പഠിക്കാനുള്ളത്? ആദ്യമായി, നാം ഒരു സംസ്കാരമെന്ന നിലയിലും സമൂഹമെന്ന നിലയിലും എന്താണ് അവകാശമായി ലഭിച്ചതെന്ന് നമുക്ക് മനസ്സിലാക്കാം - അത് പരസ്പരം സമ്പൂർണ്ണമായി സമരസപ്പെട്ടിരിക്കുന്ന ഒരു അസാധാരണ നാഗരികത, സംസ്കാരം, മതം എന്നിവയാണ്. വാസ്തവത്തിൽ നമ്മുടെ പൂർവികർ സാധാരണക്കാർക്ക് അവരുടെ സംസ്കാരവും മതവും മെച്ചപ്പെട്ട രീതിയിൽ ആചരിക്കാൻ കഴിയുന്നതിനായി ഒരു ശാസ്ത്രം വികസിപ്പിച്ചു. ശാസ്ത്രവും അറിവും മതത്താൽ ക്രമാനുഗതമായി അടിച്ചമർത്തപ്പെട്ട പാശ്ചാത്യ ലോകത്തിൽ നിന്ന് ഇത് വളരെ വ്യത്യസ്തമാണ്.

ഇന്ത്യയുടെ സർഗാത്മകതയും അറിവും

ഒരു സംസ്കാരമെന്ന നിലയിൽ, നാം സിന്ധു സരസ്വതി സംസ്കാരത്തിന്റെ പ്രാചീന നഗരങ്ങളിൽ ജീവിക്കുക മാത്രമല്ല, നമ്മുടെ കണ്ടുപിടിത്തങ്ങളുടെയും കണ്ടെത്തലുകളുടെയും ഫലങ്ങൾ ലോകത്തിന്റെ മറ്റു ഭാഗങ്ങളുമായി പങ്കിടുകയും ചെയ്തു. നമ്മുടെ ഉൽപ്പന്നങ്ങൾ വിദൂര സ്ഥലങ്ങളിലേക്ക് യാത്ര ചെയ്ത് സുമേറിലെയും ഈജിപ്തിലെയും രാജാക്കന്മാരുടെയും രാജ്ഞിമാരുടെയും അത്താഴമേശകളിൽ വരെ ഇടം നേടി. നമ്മുടെ പരുത്തി ഇഷ്ടപ്പെട്ടിരുന്നതിനാൽ അത് ലോകമെമ്പാടുമുള്ള ധനികരുടെ വാർഡ്റോബുകളിൽ എത്തി. പ്രാചീന ഇന്ത്യക്കാർ ലോകത്തിന് തുണി ചായം ചേർക്കുന്ന സാങ്കേതികവിദ്യയും വസ്ത്രങ്ങൾ ബന്ധിപ്പിക്കാനുള്ള ബട്ടണുകളും നൽകി.

പ്രാചീന ഇന്ത്യക്കാർ പ്രകൃതിയിലെ പാറ്റേണുകൾ നിരീക്ഷിക്കുന്നതിനും മനസ്സിലാക്കുന്നതിനും നൂറുകണക്കിന് വർഷങ്ങൾ ചെലവഴിച്ചു. അവർ ഗ്രഹങ്ങളുടെയും നക്ഷത്രങ്ങളുടെയും ചലനങ്ങൾ, മാറുന്ന ഋതുക്കൾ, മൃഗങ്ങളുടെ പെരുമാറ്റം എന്നിവ പഠിച്ചു. ഈ നിരീക്ഷണങ്ങൾ അവരെ നിരവധി ശാസ്ത്രീയ, സാഹിത്യ രചനകളിൽ സഹായിച്ചു. നാട്യശാസ്ത്രം മുതൽ പഞ്ചതന്ത്രം വരെ, വൈദ്യശാസ്ത്രം മുതൽ ജ്യോതിശാസ്ത്രം വരെ, പ്രാചീന ഇന്ത്യക്കാർ ലോകത്തിലെ മികച്ച കലാകാരന്മാരും ശാസ്ത്രജ്ഞരും

ആയിരുന്നുവെന്ന് തെളിയിച്ചു. ഇന്ത്യ ലോകത്തിന് നൽകിയ സമ്മാനങ്ങൾ നിരവധി കണ്ടുപിടിത്തങ്ങളെയും കണ്ടെത്തലുകളെയും സ്വാധീനിച്ചിട്ടുണ്ട്, ലോകത്തെ കൂടുതൽ മികച്ച സ്ഥലമാക്കി മാറ്റുകയും ചെയ്തിട്ടുണ്ട്.

അറിവ് വിപുലമായി പ്രചരിപ്പിക്കുന്നു

മധ്യകാല യൂറോപ്പ് ഇന്ത്യൻ ജ്ഞാന വ്യവസ്ഥയിൽ നിന്ന് വളരെയധികം പ്രയോജനം നേടി. യൂറോപ്യൻ സമൂഹം കത്തോലിക്കാ സഭയുടെ നിയന്ത്രണത്തിൽ നിന്ന് സാവധാനം മോചിതമായിക്കൊണ്ടിരുന്നു, ഈ സഭ വളരെക്കാലം ശാസ്ത്രീയ ചിന്തകളെ അടിച്ചമർത്തിയിരുന്നു. പണ്ഡിതന്മാർ ഹിന്ദു ശാസ്ത്രത്തിന്റെയും കലയുടെയും അറബിക് പരിഭാഷകൾ വായിക്കാൻ തുടങ്ങിയപ്പോൾ, അവർ ഈ കൃതികൾ അവരുടെ സ്വന്തം ഭാഷകളിലേക്ക് പരിഭാഷപ്പെടുത്തി യൂറോപ്പിലുടനീളം പ്രചരിപ്പിച്ചു.

പ്രാചീന ഇന്ത്യക്കാർ വ്യാപാരത്തിനായി സുവർണദ്വീപിലേക്ക് ശ്രദ്ധേയമായ യാത്രകൾ നടത്തിയത് നാം കണ്ടു. ഈ പ്രാരംഭ വ്യാപാര ബന്ധങ്ങൾ ആഴത്തിലുള്ള സാംസ്കാരിക ബന്ധമായി വികസിച്ച് ജനങ്ങളുടെ സാമൂഹിക ജീവിതത്തെ പരിവർത്തനം ചെയ്തു. ഇന്ത്യയും സുവർണദ്വീപും തമ്മിലുള്ള സാംസ്കാരിക മാറ്റങ്ങൾ പരസ്പര ബഹുമാനത്തിലും ആശയങ്ങളുടെ കൈമാറ്റത്തിലും അധിഷ്ഠിതമായിരുന്നു, അമേരിക്കകളിലെ തദ്ദേശ ജനതയെ ആക്രമിക്കുകയും കൊല്ലുകയും മതപരിവർത്തനം നടത്തുകയും ചെയ്ത യൂറോപ്യന്മാർ ഉപയോഗിച്ച അക്രമാസക്തമായ രീതികളിൽ നിന്ന് ഇത് വ്യത്യസ്തമായി.

തെക്കുകിഴക്കൻ ഏഷ്യയിലെ ആധുനിക രാജ്യങ്ങളുമായുള്ള ഇന്ത്യയുടെ ബന്ധം ശക്തമായി തുടരുന്നു, രണ്ട് മേഖലകൾക്കിടയിൽ സ്ഥിരമായ സാംസ്കാരിക കൈമാറ്റങ്ങൾ നടക്കുന്നു. തായ്‌ലാൻഡ്, ഇന്തോനേഷ്യ, കംബോഡിയ, ലാവോസ്, മ്യാൻമർ എന്നിവിടങ്ങളിൽ നിന്നുള്ള നിരവധി ആളുകൾ ബുദ്ധനുമായും അദ്ദേഹത്തിന്റെ ജീവിതവുമായും ബന്ധപ്പെട്ട സ്ഥലങ്ങൾ സന്ദർശിക്കാൻ ഇന്ത്യയിലേക്ക് വരുന്നു. ഇന്ത്യ എപ്പോഴും ലോകത്തിന്റെ മറ്റു ഭാഗങ്ങൾക്ക്, പ്രത്യേകിച്ച് ചുറ്റുമുള്ള രാജ്യങ്ങൾക്ക്, സംസ്കാരത്തിന്റെയും അറിവിന്റെയും ഉറവിടമായിരുന്നു.

കൃതജ്ഞതാ പ്രകാശനം

നാഷണൽ മ്യൂസിയം, ഡൽഹിയുടെ ഡയറക്ടർ ജനറൽ ആയ ഡോ. ബി.ആർ. മണിയോട് ഞാൻ അത്യധികം കൃതജ്ഞത അറിയിക്കുന്നു. പ്രാചീന ഇന്ത്യൻ ചരിത്രത്തിന്റെ വിവിധ വശങ്ങളെക്കുറിച്ചും വിപുലമായ പുരാവസ്തു കണ്ടെത്തലുകളെക്കുറിച്ചുമുള്ള അദ്ദേഹത്തിന്റെ അവലോകനങ്ങൾ മതം, വ്യാപാരം, സാമൂഹിക ജീവിതം എന്നീ മേഖലകളിൽ പ്രാചീന ഇന്ത്യക്കാരുടെ വലിയ സംഭാവനകൾ മനസ്സിലാക്കാൻ എന്നെ സഹായിച്ചു.

വിവിധ ഹരപ്പൻ സ്ഥലങ്ങളുടെ പുരാവസ്തുശാസ്ത്രം, അന്വേഷണം, ഉത്ഖനനം, സംരക്ഷണം എന്നിവയെക്കുറിച്ച് മനസ്സിലാക്കുന്നതിൽ സഹായിച്ചതിന് ആർക്കിയോളജിക്കൽ സർവേ ഓഫ് ഇന്ത്യയിലെ മുൻ ഡയറക്ടർ ഡോ. അമരേന്ദ്ര നാഥിനോട് ഞാൻ നന്ദി അറിയിക്കുന്നു. അദ്ദേഹത്തിന്റെ പ്രവർത്തനം സരസ്വതി-ദൃഷദ്വതി താഴ്വരയിലെ ഹരപ്പൻ ജീവിതശൈലിയുടെ വിവിധ വശങ്ങളെക്കുറിച്ച് ഗണ്യമായ അറിവ് നേടാൻ എന്നെ സഹായിച്ചു.

പുസ്തകത്തിന്റെ ഒഴുക്കും ഉള്ളടക്കവും ക്രമപ്പെടുത്താൻ എന്നോടൊപ്പം പ്രവർത്തിച്ച ഫൗണ്ടേഷൻ ഫോർ ഇന്ത്യൻ ഹിസ്റ്റോറിക്കൽ ആൻഡ് കൾച്ചറൽ റിസർച്ച് (FIHCR) ടീമിനോട് ഞാൻ അത്യധികം കൃതജ്ഞത അറിയിക്കുന്നു. പുസ്തകത്തിന്റെ ശ്രദ്ധാപൂർവ്വമായ എഡിറ്റിംഗിന് അർപിതയ്ക്ക് പ്രത്യേക നന്ദി. എന്നെ FIHCR-മായിബന്ധിപ്പിച്ചആലോപാലിന്റെസഹായമില്ലായിരുന്നെങ്കിൽ ഈ പുസ്തകം സാധ്യമാകുമായിരുന്നില്ല.

അവസാനമായി, എന്റെ ആശയങ്ങൾ, സമീപനം, ഉള്ളടക്കം എന്നിവ കേട്ട് എന്റെ പ്രവർത്തനം മെച്ചപ്പെടുത്താൻ അഭിപ്രായങ്ങൾ നൽകിയ എല്ലാവർക്കും ഞാൻ നന്ദി പറയുന്നു.

എഴുത്തുകാരനെ കുറിച്ച്

വിജേന്ദർ ശർമ്മ ഒരു സംരംഭകൻ, ചരിത്ര പ്രേമി, കോളമിസ്റ്റ്, എഴുത്തുകാരൻ എന്നീ നിലകളിൽ ഇന്ത്യൻ ചരിത്രത്തിന്റെ അധികം അറിയപ്പെടാത്ത കാര്യങ്ങളെ കുറിച്ചെഴുതുന്നു. അദ്ദേഹം പ്രാചീന ഇന്ത്യൻ ചരിത്രത്തെക്കുറിച്ച് 'എസ്സേസ് ഓൺ ഇൻഡിക് ഹിസ്റ്ററി', 'ദ കസ്പ് ഇയേഴ്സ്: ഫൈവ് ഹണ്ട്രഡ് ഇയേഴ്സ് ഓഫ് ഹിന്ദു റെസിസ്റ്റൻസ്' എന്നീ രണ്ട് പുസ്തകങ്ങൾ എഴുതിയിട്ടുണ്ട്. വിജേന്ദറിന്റെ പുസ്തകങ്ങളിലെ അനൗദ്യോഗിക ഭാഷാശൈലി ചരിത്ര വിദ്യാർത്ഥി മുതൽ കൂടുതൽ അറിയാൻ കൗതുകമുള്ളവർ വരെയുള്ള എല്ലാവരെയും ആകർഷിക്കുന്നവയാണ്.

വിജേന്ദർ ശർമ്മ ന്യൂസ്18, ഫസ്റ്റ്പോസ്റ്റ്, സ്വരാജ്യ, ദ പ്രിന്റ് തുടങ്ങിയ പ്രമുഖ പ്രസിദ്ധീകരണങ്ങളിൽ ചരിത്രവുമായി ബന്ധപ്പെട്ട നിരവധി കോളങ്ങൾ എഴുതിയിട്ടുണ്ട്.

9 789365 470154

Printed at Repro India Ltd.